M

M
Thơ **Trần Vấn Lệ**

Dàn trang: Nguyễn Thành
Bìa: Uyên Nguyên Trần Triết
Đọc bản thảo: Trần Thị Nguyệt Mai
Nhân Ảnh Xuất Bản **2020**
ISBN: 978-1989924495
Copyright © 2020 by Tran Van Le

TRẦN VẤN LỆ

Thơ

NHÀ XUẤT BẢN
NHÂN ẢNH
2020

NỐT LẶNG
BÊN KIA BỜ ĐẠI DƯƠNG

Nguyễn Thành

Ai cũng phải trải qua quy luật nhân sinh, nhưng số phận của mỗi người lại có nhiều ngã rẽ trong cuộc đăng trình của đời mình. Thuận buồm xuôi gió hay trắc trở đều có mối lương duyên và nợ nần trên mỗi chặng đường để lại nhiều dấu ấn theo năm tháng cùng những buồn vui và những trăn trở khắc sâu trong tiềm thức...

Đã vượt qua ngưỡng tuổi "Thất thập nhi tùng...", thi sĩ Trần Vấn Lệ thấu hiểu mọi lẽ ở đời và có thể buông xuôi mọi ý niệm để thanh thản cõi lòng... nhưng không thể.

Có những nỗi buồn chất chứa, gặm nhấm ký ức, khắc khoải bởi những còn mất... mà đáng lý ra thi sĩ Trần Vấn Lệ có thể thực hiện và đạt được nhiều hơn, nếu như...

Nếu như dòng đời không biến đổi với những bất ngờ ngoài dự tính... để anh phải đánh đổi cả một ước mơ thời thanh xuân và ôm những ưu tư vào lòng. Thời gian không làm phai mờ ký ức mà còn chồng chất nặng trĩu những riêng mang theo tháng năm dài.

Thi phẩm "M" như một thước phim dĩ vãng mà anh trải lòng với nhịp điệu bất tận của bản trường ca "Sầu vạn cổ" là những yêu thương hoài niệm, tiếc nuối...

"M" là em hay là tên một người nào đó thật đặc biệt, chiếm một vị trí quan trọng trong trái tim anh tạo thành một nỗi nhớ khôn nguôi. Một bóng người trong quá khứ hay hiện tại chỉ là khái niệm trừu tượng với thời gian. Nỗi nhớ ấy, trong thơ anh hiện hữu khắp nơi bất kể không gian, cách trở địa lý và mọi trở ngại...

Thấp thoáng tà áo dài nơi ngôi trường xưa, một chút lưu luyến Bình Dương, một chút vương vấn Đà Lạt, một chút chạnh lòng Los Angeles... xen lẫn với những vần thơ bồi hồi về cố quận, những kỷ niệm bạn bè, những ưu tư phiền muộn thời cuộc... nhưng bóng em theo trong từng nhịp thở của thơ. Cái quạnh hiu đẩy nội tâm anh phiêu lãng vào miền cảm xúc, một cơn gió giao mùa, chiếc lá thu bay, cơn mưa bất chợt... đong đầy nỗi nhớ đến nghẹt thở.

Thơ anh buồn quá, tôi có tâm sự với anh Lê Hân như vậy và anh nói: "Thương anh ấy lắm, thơ buồn sâu thẳm chân trời...". Có một sự đồng cảm sâu sắc của người bạn đồng liêu là anh Luân Hoán, anh đã cất công góp nhặt những vần thơ mà anh Trần Vấn Lệ thả trên mây cho thành thi tập cùng với sự chia sẻ nỗi niềm của anh Lê Hân đã động viên tôi: "Cố làm tập thơ hoàn chỉnh để anh ấy vui..."

Thấu cảm tâm trạng của tác giả trong thi tập "M", xúc động với tình cảm của anh Luân Hoán và anh Lê Hân dành cho tác giả nên tôi cảm xúc viết vội ít dòng như một lời giới thiệu đến độc giả gần xa.

Đại thi hào Nguyễn Du đã viết:

Lời quê chắp nhặt dông dài
Mua vui cũng được một vài trống canh.

Với thi sĩ Trần Vấn Lệ, thơ anh không phải "lời quê" mà là "trái tim rướm máu" thoát ra từ tận cùng của những rung động. Anh không mua vui, anh chỉ vui khi có bạn bè cùng phiêu bồng trong những cung bậc cảm xúc với những vần thơ mà anh đánh đổi cả một đời người....

Nguyễn Thành
Sài Gòn, 20/5/2020

Phượng

Hoa Phượng đẹp! Đẹp trên cành, em nhé!
Đừng dụ khôn anh bẻ héo bây giờ...
Hai đứa đi dạo mát dọc đường thơ
Nàng chỉ Phượng và trầm trồ khen Phượng...

Hai đứa tôi chưa đứa nào tuổi lớn
Mà bao nhiêu cũng đã... đã quên rồi!
Mùa Hè thơm, một phần nắng bay hơi
Một phần nữa... nàng thơm như hoa nở!

Một câu đó, làm sao tôi không nhớ
Một người thương và Tổ Quốc Quê Hương?
Khi chia tay, nàng trở lại sân trường
Tôi lên núi và rồi tôi... mất tích!

Bốn lăm năm... nhắm mắt thì tối mịt
Mở mắt ra... lòa chóa đỏ xanh vàng
Đại lộ nào cũng lắm nẻo đường ngang
Đi đường dọc nhiều khi chờ... bắt nhớ!

Nhớ mùa Hè Phượng ở quê nhà nở
Nhớ con đường thơ hai đứa từng đi
Nhớ ôi nhớ thuở hai đứa Xuân Thì
Hoa Phượng đỏ sao tóc nàng đen biếc?

*

Bốn lăm năm... thời gian đâm nước Việt
Bốn lăm năm... màu máu vẫn còn tươi
Bốn lăm năm... hoa Phượng vẫn tươi cười
... rồi héo rụng. Chắc là đau đớn lắm!

Hỡi người yêu! Bốn lăm năm thăm thẳm
Gã tàn binh còn mất tích Trời ơi!
Ngôi trường xưa chắc đã đổi tên rồi
Em. Áo trắng. Cuối chân trời. Mây trắng...

Kiếp Sau Xin Chớ Làm Người Làm Cây Khuynh Diệp Trường Bùi Thị Xuân

Muốn khóc. Mà thôi không khóc!
Muốn cười. Mà thôi không cười!
Con người... Đau quá đi thôi
Tan đàn và rồi xẻ nghé...

Năm châu chỉ có bốn bể
Đất trời một cõi Bể Dâu
Không phải lời Ông Nguyễn Du
Dạ, thưa, ai từng nói vậy?

Tương Giang, một dòng nước chảy
Hai người uống nước một sông!
Đến đâu chỗ rẽ của lòng?
Chỗ nào Kim Luông, Đại Lược?

Người lính chết vì Đất Nước
Người dân chết vì ngược xuôi
Mây trắng thì cứ trôi trôi
Một cánh hạc vàng không lại!

Ờ, tại sao em, con gái
Lớn lên làm phận đàn bà...
Làm gì thì vẫn là hoa
Hiện ra như vầng nhật nguyệt...

Như Virginie, như Juliette...
Nghẹn ngào, lấp lánh, văn chương
Gầy gò như ông Tú Xương
Mà ký ức đầy sông Lấp...

Quê Hương anh là Tổ Quốc
Cảm ơn em lắm núi rừng...
Những chiếc lá rưng rưng rưng
Những chiều mùa Thu gió thoảng!

Em dẫu chỉ là một thoáng
Áo dài bung lụa B'lao...
Đêm đêm anh đếm trời sao
Thấy anh yêu em vô lượng...

*Thấy anh bỗng thành con bướm
Giữa trời... hồn bướm mơ Tiên
Thấy em cái mặt làm duyên
Nhớ em hồi em mười bảy!*

Nỗi Mừng
Trong Cái Khẩu Trang

Chiều rất vàng ôi nắng vàng ơi
hay hoa giỡn nắng ở trên đồi?
hay ai áo lụa còn phơi nắng
nên nhớ ai lòng không thấy vơi?

Chiều rất chiều có sắp sửa đêm
hay trăng Phật Đản đã soi thềm?
hay ai ngồi đó chờ ai nhỉ
lát nữa rồi sao có ngước lên?

Chiều thế nào hỡi cổ rất thương
cổ cao ba ngấn bà Nam Phương
cổ quanh chín dải con sông Cửu
một nhớ ngàn năm mấy tỉ thương!

Chiều rất vàng ôi yêu dấu hoài
hình như ai nói nhỏ bên tai:
"anh về áo lụa em phơi nắng
cho tới tàn khuya sương khuya rơi!"

Ai nói bên tai không biết nữa
gió trên đồi len lách núi sông
hình như có bóng con kim mã
cất vó còn vang một phía rừng...

*Chiều rất vàng ôi nắng vàng trong
cổ em khăn và tóc thơm lừng
anh về em sẽ làm sao nhỉ?
giấu nỗi mừng chăng trong khẩu trang?*

Ta Gửi Buồn
Theo Chút Đó Thôi

Vâng ạ, rồi sao nói nữa đi
nói thôi đã tối ở mai dìa
nói thôi chờ đó ăn cơm muộn
rồi ngó trầm hương bay ngán nghê! (1)

Thơ Hàn Mạc Tử khi không nhắc
làm nhớ vô cùng cung điện xưa
làm nhớ trầm hương bay tứ phía
càng thương sao tỏ với sao mờ…

Ở đây đêm chẳng sao mờ tỏ
thành phố ôi chao điện với đài
ánh sáng sáng trưng từ mặt đất
tưng bừng nhã nhạc đến thiên nhai!

Nhắc chữ thiên nhai buồn hải giác
nhớ giòng Tương hai đứa uống chung
người đồn biên ải, người sơn cước
đêm hỏa châu nhìn có thấy không?

Vâng ạ, chi mô cũng lững lờ
im mà nghe nhé đất trời thơ
im mà tưởng tới ai màu tóc
sao cứ đen huyền như suối mơ...

Vâng ạ người đi ta tiễn người
theo người ta thổi áng mây trôi
coi như hoàng hạc không còn nữa
ta gửi buồn theo chút đó thôi!

(1) Thơ Hàn Mạc Tử:
Trầm ngán nghê bay trong lãnh cung
Xuân thơm bối rối ngọt vô cùng

Mùa Hạ Tựu Trường

Mùa Hạ tựu trường, em có tin?
... đang mùa hoa phượng đỏ trời xanh
học trò bịt miệng đi vào lớp
chim giật mình bay... bay tứ tung!

Thế giới không đâu mùa Hạ thế!
Mùa thơm lưu bút đã ngàn năm
bây giờ là chiếc khăn che miệng
là nói gì nghe cũng nói thầm!

Mùa Hạ Thầy, Cô, ông Hiệu Trưởng
gặp nhau ai cũng mắt rưng rưng
Miếng cơm manh áo chia hay sớt?
Bụi gió vô tình một góc sân...

Chuông Giáo Đường ngân, Chùa cũng đổ
hồi chuông mừng tủi, tả làm sao?
Boong boong tỉnh thức đời mê tỉnh
Cô giáo về hưu lệ bỗng trào...

Mùa Hạ tựu trường... mây trắng trôi
Trôi đâu thì cũng ở trong trời
Trái tim vẫn đập trong lồng ngực
Chỉ nụ cười thì không thấy tươi!

Cô giáo soi gương, cô giáo khóc
Rửa tay, rồi phấn lại cầm lên
Bốn mùa chừ thấy sông trôi ngược
Lòng nhủ lòng mai-mốt-cũng-quen!

Ngày Tháng Năm

Hãy lắng nghe giùm anh sáng nay:
Tiếng chim đang hót rộn trong cây!
Tiếng chuông đang gọi bình minh dậy!
Tiếng trái tim người trong gió bay...

Hãy lắng nghe giùm nha tiếng tim
Tiếng anh đang đập ở trong em
Tiếng em nằm giữa bài thơ mới
Lát nữa phong bì có dán tem...

Thư gửi thăm em hồi tháng Chạp
Nửa năm chưa tới được quê nhà...
Tháng Năm, Trời ạ, bao nhiêu tháng?
Hết chiến tranh đường xa vẫn xa?

Hãy lắng nghe giùm anh sáng nay
Những lời thương nhớ gửi theo mây
Mây tan giữa biển hay trên núi
Lòng sẽ tan hoang nữa, một ngày?

Phật Đản chùa nào cũng đổ chuông
Lắng nghe em nhé tiếng boong boong
Tiếng nào cầu nguyện cho nhân loại?
và tiếng nào rơi một góc sân?

Anh nâng niu hoa hoa bình minh
Anh nâng niu em em ơi mình
Tiếng tim anh cũng boong boong nhé
Tiếng thở nồng trong đất nổi lên!

Đất Nước Quê Hương là nhịp thở
Đò ngang đò dọc vẫn chưa về...
Bao nhiêu năm nữa không còn đất?
Nước cũng không còn một chốn Quê?

Phú Giáo Bình Dương

Hỏi tên em? Đáp Thu Hà!
Chỉ con sông... em nói qua cánh rừng
Bỗng chiều trời mưa rưng rưng
Tóc em mưa vướng như dòng sông xanh...
rồi em... bỗng nắm tay anh:
"Chải giùm em tóc cho mình nhớ nhau!".

Ngàn năm rồi, nhớ em sao
Rừng cao su cũ nhuốm màu Thu Dung!
Thương em, như vậy tận cùng
Cao su lá rụng như buồn bay bay...

Bao Giờ Bao Giờ Bao Giờ

Bao giờ? Bao giờ? Bao giờ?
Tôi về lại nhỉ bến đò Thới Sơn?
Nghe anh Chín Xía không còn
Mà cậu Hai Tiếp đi làm ăn xa...

Bao giờ biết vậy, hết qua
cái bến rất nhớ, người ta rất buồn?
Những con sáo sậu hoàng hôn
chắc vẫn về đậu trong vườn ngủ đêm?

Ngày xưa, mong đất nước yên
để mình về lại vẫn nguyên là mình.
Bây giờ sau cuộc điêu linh
Mình không trở lại thì mình là ai?

Bao giờ hẹn một hẹn mai,
hẹn cho trăng mọc trên hai cây dừa...
khuya còn cái võng hồi trưa
anh ru em ngủ khuya vừa sang canh!

Bao giờ... tôi nói linh tinh
tôi không giữ được lòng mình nghiêm trang!
Tôi đi cho tới tuổi tàn
nhớ cây súng cũ hơn nàng... Cố Nhân!

Hoa Bất Tử

Có một loài hoa không héo, chỉ như khô mà thôi... nếu mình đem nó phơi hay cắm bình đầy nước!

Đó là hoa hôm trước anh hái tặng cho em. Anh cũng có hái thêm dành cho thơ sắp có...

Có nhiều người nghèo khó nhìn hoa thấy mình giàu. Nhiều người ở nhà lầu muốn có hoa không thể... bởi vì đời hoa lệ dành cho họ trong khung!

Những con bướm bay cùng khắp vườn là giàu nhất! Bướm không cần đường mật chỉ cần hương thanh thanh, chỉ cần hoa mong manh, chỉ cần em có anh...

Trái tim anh để dành em trồng hoa bất tử thay cho cái bình sứ đựng đầy nước mắt nha! Nếu mai mốt mình xa, trái tim anh để lại. Để cho em mãi mãi. Immortel Tình Ơi!

Nếu mai mốt mình xa, trái tim anh để lại!
Để cho em mãi mãi Immortel Tình Ơi!

Ngày Đó Ngày Xưa

Ngày đó ngày xưa... hay hôm qua?
mỗi người con gái Một Bông Hoa
Quê Hương mình đẹp như nhìn thấy
những chiếc áo dài gió thướt tha!

Ngày đó ngày xưa... hay trong mơ?
Em ơi ước nhỉ anh là Vua
em là Hoàng Hậu em đi chợ
em rất hồn nhiên như bài Thơ!

Áo dài hay gió bay trong nắng?
em là người Ta hay người Tiên?
sao anh yêu vậy, anh không biết
không lẽ vì em rất đỗi hiền!

Ai nói với anh, em-áo-trắng
em là vầng trăng em dễ thương!
em là Tổ Quốc anh yêu dấu
hồn anh bay đâu cũng vấn vương!

Em là kỷ niệm anh nâng niu
em là buổi mai, em buổi chiều
em là thời gian, em bất tận
em là Tình Yêu! Em bấy nhiêu!

Ờ bấy nhiêu thôi nhớ lắm mà
cánh đồng sương sớm nhẹ sa sa
cánh đồng trưa nắng bầy chim lượn
ôi cả cánh đồng lúa trổ hoa!

Em ơi em ơi em rừng cao
em là núi cả biển chao chao
em là nước mắt anh vừa ứa
Non Nước mình ơi... đẹp thế nào?

Em mặc áo dài bung lụa trắng
em mặc quần đen em dịu dàng
em là Đất Nước không chia cõi
em! Tại sao chừ... em-Cố-Hương?

Chúa Nhật Los Angeles

Hôm nay Chúa Nhật bình minh nắng
Em chắc đang ngồi hong tóc xanh?
Em chắc nghe vườn reo tiếng nắng:
"Em à em có nhớ thương anh?".

Hỏi để mà nghe chuông Giáo Đường
Tưởng mình theo đó rải yêu thương!
Mừng nha hỡi cỏ đang xanh biếc
Hỡi cả hoa nồng hương phấn hương!

Hỏi chú bướm vàng hai cánh chớp
Nhớ hoài em mắt buổi chia tay
Cánh đồng lúa ở thời con gái
Một đám cò bay dang cánh bay...

Hôm nay Chúa Nhật nhớ quê nhà
Hết chiến tranh rồi... xa vẫn xa
Không tiếng đạn bom, không tiếng khóc
Sao buồn quá nhỉ cõi-người-ta!

Những ngày Chúa Nhật nằm trong trại
Loảng xoảng bạn bè rung xích kêu
Chim hót trong rừng "Cô Bắt Cột"
Lá bàng phơi nắng gió hiu hiu...

*Chúa Nhật hôm nay thơ tủi tủi
Muốn làm cho đẹp, khó làm thêm
Em ơi, anh nhớ em nhiều lắm
Đời chỉ còn em chỉ có em!*

Đèo Ngoạn Mục

Khi lên tới đỉnh núi
mình lại xuống núi thôi!
Và như thế là rồi
Một cuộc đi leo núi?

Thì... đường đèo không tuổi?
Thì... nó cũng không tên?
Không ai muốn đi lên
Vì lên thì phải xuống!

Hai mươi cây số lượn,
Đèo Ngoạn Mục thành hình
Trong từng khoảng rừng xanh
Thấy tim người màu đỏ!

Trong núi, tiếng xe lửa
chạy như hơi thở luồn
vào từng ngăn lá phổi
thổi ra cánh đồng bằng...

Không có gì cách ngăn
khi người ta muốn gặp
Người bên kia có mặt
Người bên nay có lòng!

Ôi một thuở non sông
đi tìm bàn tay nắm
nói với nhau Thương Lắm
rừng đã lắng tai nghe...

Rồi một thuở không dè
bị ngăn sông cấm chợ
Những con cá hồng đỏ
không vào chợ D'Ran...

Núi K'RongPha ba hầm
người ta cũng bít cửa
Tiếng còi tàu xe lửa
biệt mù sương âm u!

Lên núi để thấy màu
của giọt lệ chảy xuống
thấy hồ Đa Nhim sóng gợn
thấy lòng mình nao nao...

Ngàn năm ngàn năm nào
Phật nói Đời Hư Huyễn!
Chúa nói những cuộc chiến
xảy ra vì căm thù...

Tôi hỏi người K'Beu:
Tại sao không mặc áo?
Người ấy chỉ con thơ:
"Nó mới cần cái áo!"

*Hai mắt tôi chưa ráo
bỗng dưng trời sa mưa!*

I Love You My Darling

Hồi tôi ở Đà Lạt, ai giàu ở villa, ai nghèo có cái nhà lợp mái tôle vách quán...

Nhà Đà Lạt không loạn mà đâu đó chỉnh tề. Nhà nào cũng tứ bề là hoa là rừng rú...

Con người và muông thú sống bên nhau bình thường. Ôi những con sơn dương hiền như con chó Nhật!

Có nhiều Chùa thờ Phật. Chùa đẹp nhất: Linh Sơn. Có khá nhiều Giáo Đường, nhà thờ Con Gà Trống...

Đà Lạt, nơi tôi sống nay nghe nói đổi nhiều... Người ta dựng nhiều lều trồng hoa trong nhà kiếng...

Người ta xây Biệt Điện ngay trong những rừng thông. Không có ai động lòng khi thấy rừng thông cháy...

Xe lửa thì hết chạy. Ga xe lửa vẫn còn. Nó thành một Văn Phòng giao dịch việc du lịch!

Nhiều, nhiều người miền Bắc vào đông như quân Nguyên. Nhiều cô gái rất duyên hỏi ra người Nam... Định!

Ai cũng nhiều dự tính, nhiều dự án lung tung. Rừng thông thưa thớt dần. Núi mòn suối nước mắt...

Tôi ới ơi Đà Lạt!
Ngộp quá cái khẩu trang.
Tôi gọi khẽ tên nàng:
I Love You My Darling!

What Your Name

Tôi lên vùng Tây Bắc
có làm quen một người
anh ấy hỏi tên tôi
tôi nói Trần Vấn Lệ.

Hỏi lại: anh sao nhỉ?
tên anh gọi là gì?
anh hả miệng cười khì:
tên tôi Vao Bủ Phiệt!

Hai đứa tôi thân thiết
như là hai người... quen
tôi nhỏ tuổi làm em
anh hơn tôi, huynh trưởng!

Chúng tôi có ngập ngượng
kể chuyện cuộc đời mình
anh đôi lúc làm thinh
(có điều gì muốn nói?)

Nhưng tôi không buồn hỏi
nghĩ... nào có gì đâu
tới đây, tôi khác nào
một người đi nhờ cậy...

Tôi tin tôi không bậy
tôi tin anh thật thà
anh đưa tôi về nhà
ngôi nhà anh thật đẹp!

Giữa núi rừng xanh biếc
nhà anh ngói đỏ hồng
bên cạnh một bờ sông
trúc vàng lả lướt ngả...

Tôi khen nhà đẹp quá
thấy anh như tự hào
chúng tôi rượu cứ vào
chim chào mào cứ hót...

... rồi khi tôi thức giấc
tôi đang ở đồng bằng
có con sông băng ngang
kinh tế mới đã lấp!

Tôi nhớ người Tây Bắc
Vao Bủ Phiệt mới quen
hai đứa là anh em
bây giờ anh đâu nhỉ?

Tôi nhớ... tôi là Ngụy
còn anh... anh là ai?
Vao Bủ Phiệt mây bay
Trần Vấn Lệ gió thoảng...

Rừng Ơi Đà Lạt Rừng Thương Nhớ Hái Nụ Hoa Quỳ Gắn Tóc Em

Bây giờ hoa nở... hoa nở quanh năm!

Dưới chân Lang Biang, khắp rừng Đà Lạt (dẫu còn thưa thớt), hoa nở bốn mùa!

Bốn mùa... một hoa - hoa Quỳ mới lạ! Em nói ngộ há! Chị nói kỳ khôi! Anh đứng mỉm cười: "Vô Thường Bất Nghị!".

Anh thật... chí lý!
Chị thật... chí tình!
Em thật... thông minh!

Núi rừng mông mênh. Núi rừng bát ngát. Cây chạm xào xạc. Phờ phạc mây bay... Tình cờ ghé đây, tựa mình ngó núi... Con cò thui thủi sao bay cô đơn? Đây là Lạc Dương? Đây là Đức Trọng? Đây là Đầm Roóng? Đây là Cố Hương? Xin chào Đơn Dương hoa quỳ thân ái...

Chắc tôi sắp phải vào nhà thương điên?

*

Gọi chiếc xe ôm, tôi lên Ngoạn Mục, ghé miếu Ông Cọp / thắp nhang ngó tàn / gió bay lang thang...

"Chàng trai đứng lặng trong nhang khói (1) / không nguyện cầu gì bởi có chi? Lớp sóng phế hưng coi đã rộn (2)... Quanh năm vàng tái sắc hoa quỳ!"

Chàng trai không biết sao ngăn lại nước mắt tình cờ rơi bỗng dưng...
Ôi một câu thơ không chấm phết thả bay cho khắp bốn phương rừng...

Rừng ơi Đà Lạt rừng thương nhớ hái nụ hoa quỳ gắn tóc em!

Bài Thơ Dán Ở Miếu Ông Cọp

Mình về thăm Ngoại nha anh!
Em nói với chồng em thế!
Chắc là vì em nhớ khế
trái ngon, trái ngọt Mạ chờ?
Có thể em cũng nhớ thơ
những bài thơ thời con gái?

Ngoại ơi Ngoại ơi Ngoại hỡi
Con về với Ngoại ngày mai...
chắc mai trời mưa lai rai
nón mê Mạ con lấy đội
ra vườn Mạ con hái bưởi
để đem về cúng Ông Bà
để con lén nhìn bụi hoa
Bụi Hoa Tầm Xuân Ngày Cũ...

Em nói với chồng em nhớ
Em muốn ngày mai mình về
mình đi mua vé bến xe
xe đò chậm rì mà thích
mình nghe cái mùi gió nghịch
thấy vui tha thướt cỏ đồng
thấy vườn sầu riêng trổ bông
thấy lại con sông hồi đó...

Em nói với chồng nho nhỏ
mà như em nói với ai!
Ngày mai ngày mai ngày mai
ngày mà suốt đời anh đợi!
Biết rằng đò ngang đã tới
"hồi đầu thị ngạn" biết đâu
em nhớ lại những cây cau
nhớ những dây trầu... ai biết!

Hôn em! Anh hôn rất thiệt
Cổ Nàng Ba Ngấn Nam Phương!

Hãy Khoác Lên Pho Tượng Này

Hãy khoác lên pho tượng này
bộ quân phục Lính Việt Nam Cộng Hòa
có nón sắt
mặc bộ đồ treillis ủi xếp vuông như đóng hộp
cho cây súng trường nằm ngang hai đầu gối
cho nó nói: Thương Tiếc!

Mọi người biết
nó là một người Lính Anh Hùng
đánh trận nào cũng thắng
kể cả không đánh trận nào!

Hãy lắng nghe radio phát tin:
"Địch tổn thất nặng nề
Bên ta vô sự".
Hãy nhìn những chiếc xe Hồng Thập Tự
chạy-đầy-đường
chở về nhà thương những tên Việt Cộng bị thương
chở xác Việt Cộng ngổn ngang không quần không áo!

Hãy nói như không bao giờ nói láo:
"Chúng ta thắng rất vẻ vang".

Mãi mãi chúng ta là Việt Nam
cái tên nước do Tàu đặt
chúng ta vượt xuống phía Nam
gặp Malaysia, Singapore, Indonesia...
chúng ta nói Đây Là Tổ Quốc!

Những chiếc ghe vượt lên phía Bắc
từ Đà Nẵng, Hải Phòng, Móng Cái...
sẽ vào trại Hong Kong
treo chân dung Hồ Chủ Tịch!

Chúng ta phân biệt ai là ai
chúng ta thấy hai pho tượng
một trần truồng
một khoác chinh y...
Chúng Ta Không Nói Gì!

Sách báo ghi
đó là Thương Tiếc!

Gieo Gió

*Xa nhau gió ít lạnh nhiều
Lửa khuya tàn chậm, mưa chiều đổ nhanh!*
- Trần Huyền Trân -

Tôi gieo gió sang nhà em buổi sáng, cả buổi trưa, buổi xế, buổi chiều. Nếu gió trời làm cây cối ngả xiêu... mà em lạ, thản nhiên như diều cao vút!

Tôi gieo gió sang nhà em tối mực, gió nói gì em có nghe không? Em ở đâu, trong một góc căn phòng hay đang ở hành lang đón gió?

Nếu gió trời làm cho hoa, cho cỏ, phải tiêu điều như buổi chợ vừa tan... gió của tôi sao chẳng động lòng nàng? Tôi chờ đợi một tờ thư không thấy!

Tôi gieo gió sang nhà em Thứ Bảy. Chúa Nhật, em vẫn đi Lễ Nhà Thờ! Bão mô hè? Tôi gặt những câu thơ thời-con-nít tôi làm cho em, làm lại...

Em đi Nhà Thờ, em làm người con gái, rất hiền ngoan, quỳ kia, ôm hai tay. Tôi, con trai nên phải đứng bên này, tôi ôm gió, thả ở đây Chúa phạt!

Tôi gieo gió hay gieo buồn ngơ ngác? Yêu người ta chi vậy, gió lang thang? Gió hình như không đến cửa nhà nàng? Tôi nghe lạnh như đang trong tâm bão!

Ôi gió ơi hãy bay giùm tà áo, hãy bay giùm chút tóc mai kia, vắn, dài, thương ngàn nỗi phân chia mà mãi-mãi-không-lìa-câu-dấu ái!

Ai bảo em được sinh làm con gái để tôi thề chê hết thảy giai nhân! Nếu tôi đừng gặp em một chiều Xuân, gió đâu đến nỗi nào thê thiết vậy!

Tôi gieo gió sang nhà cho em thấy.
Em nhìn gì không thấy gió tôi bay?

Như Một Bài Tập Làm Văn

Gió không chừa ngọn cỏ
Mưa không chừa lá nào
Mưa gió rung rinh rào
Hoa đào còn, rụng hết...

Không thể nói là ghét
Không thể nói là thương
Không Địa Ngục, Thiên Đường
Im lặng. Buồn khôn tả!

Rộng mênh mông phố xá
Người đưa thư, một mình
Làm việc và làm thinh
Cái bóng hình quen thuộc!

Ông vẫn đi từng bước
Dừng lại trước từng nhà
Cái hộp thư mở ra
Cái hộp thư khép lại...

Mai, Chúa Nhật thì phải?
Sẽ không được thấy ông!
Phố xá đã mênh mông
Sẽ mênh mông thêm chút...

Mưa như cầm bình trút
Gió vẫn như lá cờ
Mưa gió và gió mưa
Cách ly đời ly cách...

Người đưa thư che mặt
Cái khẩu trang đẫm mưa
Ông không thấy bơ vơ
Bạn ông là công việc!

Tôi từng thấy xứ tuyết
Người đưa thư đi làm!
Tôi nhớ quá Việt Nam
Mẹ Cha cõng mưa nắng...

*Cho tôi được im lặng
khi nghĩ về Quê Hương!*

Hồi Đó Đà Lạt

Hồi đó, những cô gái Đà Lạt
mang guốc cao gót năm phân, sáu phân
những cẳng chân trong quần đen hai ống
gió lồng lộng bay thành mây...

Hồi đó tôi ngất ngây
ôi o nào cũng đẹp
kể cả o mang dép
yểu điệu... đẹp làm sao!

O nào má cũng ửng đào
ngọt ngào như mận Trại Hầm vừa chín
như sương chưa đủ lạnh
mà mịn như nhung...

Hồi đó ai lấy chồng
cũng có những chàng trai cú rũ...
Tình không bao giờ cũ
là không tới được đâu!

Hồi đó đạn trên đầu
véo véo và véo véo
nhiều anh chàng tiu nghỉu
bỗng trở thành anh hùng!

Những chàng lính núi rừng
đẹp như những pho tượng
làm cho núi thêm lớn
làm hồ Xuân Hương thêm sâu!

Tôi nhớ vườn Bích Câu
nhớ Giáng Kiều tiên nữ
nhớ có một đám cưới
nhớ... người ta xa rồi!

*Và tôi đứng dậy thôi
chỉ nằm khi Cải Tạo
cắn ngón tay bật máu
buồn... cho tới bây giờ!*

Đường Em Đi Đường Anh Đi

Hồi xưa... tôi gọi em: Cô Bé
em có bao giờ lớn nữa đâu!
Trong ý nghĩ tôi, em thế đó
mà quên Xuân, Hạ... tiếp theo Thu...

Mùa Xuân, trời đẹp, em yêu đẹp
Mùa Hạ nắng hồng, em như hoa
Buồn quá, mùa Thu rừng đổi sắc
tôi ngồi trên núi ngó về xa...

Tôi nhớ em tôi nhớ quá chừng
bây giờ ai nhỉ rửa em chân?
bây giờ ai nhỉ gom em tóc?
em chắc bây giờ có nhớ anh?

Cuộc chiến đi qua không một sáng
không buổi chiều không chỉ một đêm
Thật tình nhiều lúc tôi quên hết
quên cả Mẹ già, quên cả em!

Bè bạn bao nhiêu người ngã xuống
rồi tôi mai mốt vậy mà thôi...
Sống đây chết đó qua tia chớp
khi đạn xuyên rừng, trái phá rơi...

Chớp nháy giống như trời chớp nháy.
Lòng riêng chỉ đựng một Non Sông
Bồng lên cây súng và hôn hít
Rừng có nhiều hoa thiếu nụ hồng...

Em vẫn hoài em cô Bé Bỏng!
Tôi thì không có nữa tương lai!
Thằng em mười bốn nhang mờ ảnh
Mai mốt tôi rồi nhẹ xác trai...

Mười năm đi lính, mười năm tù...
Nam Bắc liền nhau, chuyện chẳng ngờ
Lý tưởng chẳng qua rơm với rác
Chuyện đời nhắc lại... một cơn mơ!

Bây giờ... tất cả đều bô lão
Em chụp hình mang cặp kính già
Tôi gửi ảnh về anh lính bại
Nghẹn lòng hai đứa giữa đường hoa...

Đường của em đi, đường phía Đông
Đường tôi Tây Vực chỗ vô cùng
Đời... Vô Thường nhỉ, em yêu quý?
Tay hứng Trời ơi mấy tiếng chuông!

Chim Chèo Bẻo

Có con chim xanh bay len lách vườn cây thấp.
Tôi với em ngồi nấp để nhìn con chim bay...

Một con chim không hai, nó bay tìm gì vậy?
Đôi mắt em nhấp nháy, em nắm chặt tay anh...

Sợ anh thành chim xanh bay đi cho em kiếm?
Em sẽ thành chim hiếm bay bay đi tìm anh?

Chỉ vì con chim xanh, tôi nghĩ điều ngồ ngộ
Tự thấy lòng xấu hổ... nếu đời mình cô đơn!

Nếu mà trời đầy sương mờ đi hết nhân ảnh
Đứa nào sẽ thật lạnh, đứa nào nhớ đứa nào?

Tôi thấy mắt em chao, giọt lệ buồn lóng lánh...

*

Chiều đó trời bỗng lạnh. Chúng tôi rời khỏi vườn
Về, Ngoại đang nấu cơm, kể chuyện hai đứa thấy...

Ngoại nói con chim ấy, chim chèo bẻo đó con!
Rồi Ngoại ghé mặt hôn trán của cháu Ngoại trước.

Tôi xoay lưng trở bước ngó ra vườn. Chim bay.
Từ hôm đó đến nay, tôi biết chim chèo bẻo...

Mỗi lần thấy hoa héo, tôi nhớ em biết bao!
Tôi ngó trời thật cao. Tôi nhớ vườn cây thấp.

Nhớ chỗ hai đứa nấp.
Nhớ quá chừng. Quê Hương!
Ở đây cũng có vườn không có chim chèo bẻo!

Nàng Đưa Tay Nâng Niu Hoa Hồng

Nàng đưa tay nâng niu hoa hồng
nàng làm cho người ta nhớ nhung?
tôi không hỏi nàng không nghe thấy
nàng tự nhiên nâng niu hoa hồng...

Nếu buổi sáng hoa hồng không có
thì nàng là hoa một nụ hoa!
tôi muốn nói mà thôi không nói
(nói gì thì cũng yêu người ta!)

Trời thật ngộ sinh hoa chi nhỉ?
và Mạ Ba đừng sinh ra nàng...
tôi lẩn thẩn giữa trời giữa đất:
con sông đừng có bến đò ngang...

Mười bảy tuổi nàng về bên nớ
bên ni đồng chao ôi bao la!
khi không gió cũng reo thành nhạc
khi mấy gần rồi cũng là xa...

Nàng đưa tay nâng niu hoa hồng
hoa dịu dàng diễm lệ như nhung
tôi yêu lắm áo dài nàng mặc
em em à em là Núi Sông!

Belle Vue

Xe lửa chun qua đèo. Gió rừng hiu hiu thổi. Sắc rừng xanh sắc khói. Sương chiều sa sương sa...

Có thể ngàn năm xa tôi chưa về lại đó nhìn vườn hồng Eo Gió, ghé quán tranh Cà Beu...

Thương lắm chớ bài thơ làm cho ai không biết bởi đâu có ly biệt tại Nước Non thôi mà...

Không một chữ bậu, ta... Không một lời thỏ thẻ... Những cọng lau buồn nhé... những lách lau lách lau...

Chuyện gì cũng qua mau... riêng xe lửa chầm chậm... từng răng cưa nghiến cắn... trái tim đau... quá đi!

Sao mình không chia ly cho qua hầm anh khóc? Em ơi em Tổ Quốc nói gì với hoàng hôn?

Có một chữ, chữ Buồn, hễ viết là cứ thương
bởi mực pha nước mắt...

Người ta nói đường sắt bị gỡ bán hết rồi. Em
à có thấy môi, môi em chiều lạnh buốt...

Cho anh đi, đôi guốc! Cho anh đi bàn chân!
Cho anh đi nếp nhăn tờ pelure xanh thắm...

Chiều rơi chiều rất đậm.
Khói mù quanh lũng mây.
Belle Vue chỗ này có miếu thờ Ông Cọp!

Quê Hương là Tổ Quốc, em là gì của anh? Em
là Thu thanh thanh? Em là Xuân xao xuyến...

Nơi Nhận Không Gian

Không có một email nào chào tôi buổi sáng. Tôi gửi đi nhiều lắm, bạn delete hết rồi?

Ờ thế thì cũng thôi. Với tôi - ngày thường lệ có reply, thì thế; không reply, chẳng sao!

Tôi ngó ngọn núi cao, nhớ vô cùng Đà Lạt ngọn núi Bà mướt mát mù sương còn giăng giăng...

Màu nắng hay màu trăng? Ai tên trăng cũng đẹp
em thì đẹp hơn hết... vì anh rất yêu em!

Bài thơ không có thêm một câu nào nữa nhé!
em vui thì ứa lệ, em buồn thì cười đi...

Mặt Trời Lên

Ai nhìn thấy mặt trời / cũng nói "Yêu đời quá!". Đó không là điều lạ... bởi nó đã thành quen!

Khi anh nhìn thấy em / anh nói "Yêu em quá!". Lúc đó hoa và lá / nhìn em, dễ thương sao!

Đến con chim bên rào / cũng kêu lên chíp chíp...Và mây bay về kịp / che nắng đầu tóc em...

Em là Nụ Hoa Duyên / nở lòng anh buổi sáng! Có phải thơ-lãng-mạn / là thơ-nói-về-tình?

Em cứ đứng làm thinh / cho anh nhìn phúc hậu. Em ơi con bướm đậu / kia kìa trên nụ hoa...

Anh không thể đứng xa / mà cứ nhìn em vậy!... Và, anh cũng không cần chạy... mà mình đã bên nhau!

Rồi chúng mình qua cầu. Rồi chúng mình đổi áo. Chúng mình thành đôi sáo, chúng mình bay qua sông...

Em ơi vườn nhãn lồng / có con chim quyên hót / nó biết trái nào ngọt / chỉ anh hái cho em...

Mặt trời lên! Mặt trời lên! Hoa Duyên lòng thơm ngát... Yêu thêm bài em hát Tình Xa Tình Bao La!

Hoa Cúc Trắng

Em cầm cành hoa cúc trắng
em nói: "Tuyết nở này anh".
Thương em nói sao cho hết?
Tình ơi bát ngát trời xanh...

Chúng mình vừa qua mùa Xuân
Chúng mình đang trong mùa Hạ
"Em thơ chị em đẹp quá
Hạ hồng đâu chỉ môi son?".

Tình yêu luôn luôn là chuyện
chuyện gì cũng thấy yêu thương
nếu em cầm đóa hoa hường
anh hôn em thêm không đếm!

Tình yêu là sông không bến
giống như lòng biển bao la
chúng tôi đi qua đồng hoa
từng cành hoa vì em nở!

Tình yêu làm cho mình nhớ
mỗi ngày mình có người yêu
buổi sáng giống như buổi chiều
ngày nào cũng là thắm thiết!

Cúc trắng là Marguerite
là hoa trồng ở Thiên Đường
là em mới thấy là thương
Là Em Trọn Đời Yêu Quý!

Buồn Năm Mươi Năm

Nước Mỹ, tháng Ba
muôn hoa đua nở
năm nay chưa có
một con bướm bay!

Trái đất chắc quay
con đường hơi khác?
Nhiều chỗ sa mạc
như thấy rộng hơn!

Và nhiều khu vườn
có lẽ hẹp lại
Không hoa, không trái
vì cây mới xanh...

Thời gian không nhanh
như người ta tưởng
Năm nay gắng gượng
mà có tháng Ba?

Dịch Corona
đổi tên Covid
vẫn là cái dịch
lạ lùng lạ kỳ!...

Những bài Đường Thi
không ai làm nữa
Lục Bát dang dở
làm hoài không hay...

Không ai nắm tay
đi trên hè phố
những lời nói nhỏ
thầm thì là mưa!

Nhiều chuyện ngày xưa
bắt đầu được kể
Giọt mưa giọt lệ
nâng niu tháng Ba...

Tháng Ba sẽ qua
Tháng Tư sẽ lại
Những người con gái
Buồn năm mươi năm!

Nếu Thơ Tôi Là Hạnh Phúc

Sau nhiều ngày mưa tầm tã, hôm nay mới thấy mặt trời! Ôi thương quá những nụ môi - những nụ hoa hồng con gái!

Tôi vẫn nói đi nói lại: "Tôi yêu hoài Đất Nước tôi! Tôi yêu lũy tre còn vui / với bầy chim sẻ buổi sáng!".

Tôi vẫn một lòng lãng mạn / thả thơ như biển leo bờ / những con còng đều là thơ...giống như sương giăng tơ núi!

Dẫu tôi sống thêm mấy tuổi, Tổ Quốc tôi hoài Thanh Xuân. Lịch sử dẫu mấy ngàn năm, người sống vì Có Ngày Mới!

Bạn bè nhiều người chờ đợi / khói hương nghi ngút bàn thờ. Chúng ta tòng quân vì mơ / Muôn Đời Giang Sơn Tồn Tại!

Ơi những nụ hồng con gái, ra vườn Mẹ ẵm bồng nha! Mỗi nụ cười một nụ hoa, Cha già ước gì hơn nữa?

Sau nhiều ngày mưa tầm tã, trôi trôi hết nhé ưu phiền! Tôi nói với mặt trời duyên, tôi muốn tỏ bày tình tự!

Ơi những người đi xa xứ / ghé đây uống ly cà phê / nói đi chuyện mai mình về / Mẹ già nón mê ngăn lệ...

Lịch sử vẫn hoài như thế...nên thơ cứ thế mà thơ! Bản nhạc của Phạm Duy xưa... sẽ là Bài Ca Rất Mới!

Ngày Trở Về / Ngày Mong Đợi / dẫu về... chống nạng đi tới! Chúng ta Không Hề Đi Lui!

Cảm ơn lắm lắm mặt trời... Cảm ơn mưa như nước mắt! Nếu thơ tôi là Hạnh Phúc / em cầm lên hôn đi em!

MMMMMMMMMMMưa

Mưa suốt đêm. Mưa suốt ngày.
Mưa không có gió. Mưa bay một mình.
Buồn chân ra cửa, đứng nhìn
Mưa bay ngoài ngõ không hình bóng ai...

Mưa chi mưa mãi! Mưa mãi mưa hoài!
Trăng lặn về non không trở lại.
Mưa hoài mưa mãi...
Lòng nhớ thương ai...

Thơ Lưu Trọng Lư bay bay
Khi không tôi nắm bàn tay nỗi buồn!
Mưa này mà ở Quê Hương
Nhìn em chải tóc mà thương suốt đời...

Nói bâng quơ, chắc em cười
Khi không ai biểu về rồi lại xa?
Em ơi nhớ quá chái nhà
Mưa rơi nước giọt la đà mưa mưa...

Bốn năm rồi! Bốn năm xưa
Tình yêu cổ tích mấy tờ còn thơm
Mở ra, xếp lại, cầm hôn
Nhớ môi em lắm! Mùi son diễm kiều...

Đọc Đi Và Xé Đi

Bây giờ là Chính Ngọ, là 12 giờ trưa, trời thì không có mưa mà ngày rất u ám...

Buồn! Nghĩa là ảm đạm! Thảm đạm... thì chưa đâu? Cây bên đường gục đầu, người đi đường... không thấy!

Dòng thời gian vẫn chảy, lặng lờ và lạnh lùng. Trời như có hơi Đông, khép thôi, bâu áo lại...

Không ai nói, thì phải? Mà có gì nói ra? Đường không có đám ma... sao buồn như...tận thế"

Lễ Phục Sinh không trễ theo thường lệ hàng năm! Nghe lau lách thì thầm vẫn câu cầu nguyện cũ!

Chúa ơi con muốn ngủ / yên giấc dưới chân Ngài!
Phật ơi dặm đường dài... dài thêm bao nhiêu thước?

Tôi, người xa Đất Nước, đứng ngó về Quê Hương,
biết bao là mến thương, biết bao là sầu muộn!

Nỗi niềm này ai muốn... mà tang thương tang thương! Nguyễn Du viết Đoạn Trường Tân Thanh vì thế đó?

*

Bây giờ là Chính Ngọ
là mười hai giờ trưa
tại Thành Phố Temple
bài thơ tôi...năm chữ!

Chữ nào cũng Xa Xứ. Chữ nào cũng Xứ Xa. Chữ nào đang chảy ra / chút nắng tà ứa lệ!

Ôi thơ buồn như thế, đọc đi và... xé đi!

Mùa Hạ Không Vui

Mùa Hạ năm nay lạ!
Tưởng nắng mà lại mưa
Mưa từ sáng đến trưa
Mưa mờ cả chạng vạng!

"Sau mưa trời lại sáng"
chỉ nản lòng người ta!
Bệnh dịch Corona
đến bông hoa cũng héo!

Những giọt mưa trong trẻo
lăn dài tấm cửa gương
trời như khói như sương
nhân tình khi ấm lạnh!

Người thấy người cố tránh
như chim tránh trời mưa...
Phố từ đông đến thưa
rồi thì thành phố vắng...

Xe Cảnh Sát lẳng lặng
chạy trong phố vòng vòng
xa lộ ngang cánh đồng
không xe mười tám bánh!

Đầu mùa Hạ mà lạnh
Đầu mùa Hạ mà buồn
Corona phát nguồn
từ nước Tàu lan tỏa...

"Giọt mưa rơi trên lá
nước mắt của mẹ già..."
Đôi lúc nhớ lời ca
sao mà nghe thảm thiết!

Sống thì phải có chết
Chết dịch không ai ngờ
nhưng là nỗi mong chờ
tới phiên mình... không có!

Trời mưa không có gió
nước rơi thẳng xuống đầu
lát nữa nước về đâu?
Về biển sầu biển thảm?

*Chuông Chùa ngân ảm đạm
Chuông Nhà Thờ lạnh tanh
Ai cũng hiểu mong manh
kiếp người như vậy đó...*

Chinavirus

Không ai tin như thế: "Thành phố này sẽ buồn!". Mới hôm qua, một hôm, sáng nay trời ảm đạm!

Cả bầu trời màu xám, xám xịt, không bình minh! Những con chim vô hình mất trong trời vô tận!

Mưa bay bay như phấn. Phấn trắng trên bảng đen, những thông báo đổ ghèn, những con mắt đổ lệ...

Không ai tin như thế!
"Thành phố này sẽ buồn!".
Hiện tại mà, phải hôn?
Hỏi như thầm tình tự...

Chinavirus bay tứ xứ từ Vũ Hán bay đi, bay tới Italie, bay sang tận nước Mỹ...

Xe Cảnh Sát chậm rãi chạy trong phố thênh thang...
Không thấy nữa rộn ràng, không có gì rộn rịp. Thấy tiếp tiếp tiếp tiếp, thành phố buồn mênh mông...

"Chao ôi buồn vương cây ngô đồng!". Đang còn Xuân, Trời ạ... mà trên từng nhánh lá... mùa Thu như nhẩy dây!

Thành phố này, hôm nay, bài thơ từ cửa sổ!

Một Trang Nhật Ký

Hôm nay ngày đã khác! Đổi giờ! Giờ mùa Hè... nước Mỹ không tiếng ve, chỉ tiếng xe ngoài lộ, chỉ bước người trên phố, chỉ gió reo trong vườn, trời nắng tan hết sương, con bướm vàng bay sớm...

Hoa hồng nở chơm chớm, con bướm bay lượn vòng, cuối cùng nó...hài lòng: đậu xuống hoa hồng trắng! Em ơi bao nhiêu nắng, anh nhớ em bao nhiêu! Nói với ai Diễm Kiều, hình như tôi là bướm?

Cái màu hoa trắng nõn. Cái màu cườm tay em! Anh nhớ chỗ không quên: Cần cổ em ba ngấn! Em không hề son phấn! Em là hoa là hương! Em có mạng Đế Vương, anh tôn em Hoàng Hậu...Anh đã thành bướm đậu, hoa hồng - Trái Tim Em!

*

Sáng mùa Hè mông mênh!
Tình tôi Tình Bát Ngát!
Tôi...giữa đời đi lạc, "Em Thơ Chị Đẹp Em đâu?".
Thơ Huyền Kiêu, một câu, một câu đó, là đủ...

Nếu em không là Hoàng Hậu thì em là Trác Văn Quân, anh, Tư Mã ngựa hồng tìm em: Hoa Hồng Trắng!

Em ơi anh gom nắng chải tóc cho em nha, làn Thu Thủy thướt tha, dải Thu Hà uốn khúc. Nước xanh trong như ngọc, trời xanh trong pha lê...

Thơ tôi em không chê, thì đây là Nhật Ký!

Tình Tội Một Bài Thơ

Nàng con gái nhỏ đi ra đồng
nắng buổi mai thơm má đỏ hồng
tà áo bà ba thơm gió núi
nàng đi đi chậm hướng bờ sông...

Buổi sáng của tôi, thơ vậy đó
"Mỗi ngày phải có để em thương"
Nàng cười nói nhỏ ngày hôm trước
Tôi khó làm cho nàng phải buồn!

Ờ nhỉ làm thơ ghép chữ thôi
Bao giờ hai đứa mình chung đôi?
Tôi chưa hề nói như câu hỏi
Bởi nghĩ đời-luôn-luôn-sớm-mai...

Mỗi sớm mai em ra thăm ruộng
Mỗi sớm mai anh dãy cỏ vườn
Mình muốn gì hơn? Hơn nữa nhỉ
Khi mình ở mãi với Quê Hương?

*

Hỡi ơi ai biết đời dâu biển
Ai biết người ta khác mỗi ngày?
Cái lúc tôi nhìn tre ngã rạp
Xóm làng tranh rạ khói bay bay...

*Hai bên đường đất treo cờ lạ
Trên cánh đồng nhô nhấp mộ bia
Không áo bà ba bay gió sớm
Chỉ nghe cú gọi những canh khuya...*

Ngày 29 Tháng Hai Dương Lịch

Bốn năm mới có lại ngày 29 tháng 2!
Tỉ tỉ người mấy ai sinh ra ngày hôm đó?
Như gió thoáng qua ngõ rồi gió bay đi rồi
Tôi nhìn theo mà thôi, không ai thân để chúc...

Tuổi thơ là tuổi ngọc, tuổi quý nhất tuổi già
Tôi nghĩ về thật xa khi mình tới tuổi cuối
Thời gian xâu thành chuỗi, bao nhiêu hạt Mân Côi?
Bao nhiêu đám mây trôi, chỗ nào mây trôi giạt?

Tôi ngó trời bát ngát, chẳng có ngày nào dừng!
Tôi hiểu tại sao rừng từng rưng rưng nước mắt
Tôi hiểu sao lau lách luôn cọ mình với nhau
Tôi đi tìm ở đâu một tình thương tình mến?

Bạn bè thường có hẹn, chia tay nhau đã nhiều...
Những năm tháng buồn hiu, bỗng phiêu tình vô hạn!
Tờ lịch ngày cuối tháng, tháng Hai, hăm chín ngày...
Tôi biết nó sẽ bay cuối hôm nay, chào nó!

*

Bốn năm sau lại có lại cái ngày lê thê
Nhà bảo sinh vắng hoe, xưa nay thường là thế!
Con người sinh thêm tỉ, hiếm hoi ai có ngày
Hèn chi chắp hai tay...cho mây bay đừng đậu!

Để lửa tàn đống trấu
Không có gì đẹp, xấu
Một ngày là... một ngày...
Một ngày như mọi ngày!

Tèm Lem Nước Mắt
Một Bài Thơ

"Mấy chùm trước ngõ hoa năm ngoái
Một tiếng trên không ngỗng nước nào..."
Thơ Nguyễn Khuyến, buồn, tôi mở lại
Buồn tình không biết tại làm sao?

Dĩ nhiên ai cũng buồn, đôi lúc
Lấy cớ người xưa mà tự tình!
Nước mất. Nhà tan. Còn chút đó
Là Thơ! Một thoáng giữa mông mênh!

Cái thời Nguyễn Khuyến... thời tan nát
Nước Đại Nam nằm tay ngoại bang
Một kẻ già nua không vực nổi
Thì đành cởi áo giã từ quan...

Thôi về làng cũ, nhìn hoa nở
Một tiếng trên không... ngỗng nước nào?
Không thể gọi ai cùng cứu nước
Thì nâng bầu rượu rót về đâu!

Ôi thơ Nguyễn Khuyến thời vô vọng
Tôi có là gì cũng thất phu
Là kẻ buộc chân gà chẳng chặt
Nhắm nghiền con mắt dỗ Thiên Thu!

Trên không thấy có mây bàng bạc
Thấy có đôi con ngỗng lạc bầy
Cúi xuống... nụ hoa vàng trước ngõ
Thấy bàn tay lệ đã đầy tay!

Một trăm năm trước, buồn như thế
Rồi vạn năm sau biết thế nào?
Hai chữ Việt Nam, Tàu nó đặt
Không ai thấy nhục. Tại Vì Sao?

Trời ơi con khóc như thằng bé
Cầm nhánh bông lau muốn phất cờ
Tiếng ngỗng trên không buồn xé ruột
Tèm lem nước mắt... một bài thơ!

Cuối Năm California

Cuối năm California / trời cho một cơn bão tuyết...
Mùa Đông! Mùa Đông thật tuyệt! Hai chữ, bài thơ,
Tha Thiết.
Em ơi ôm riệt mà hôn... đó là tình kẻ-tha-hương /
dễ thường đời ai có được?

Mười một tháng không thấy nước / một tuần nước
chảy đầy sông!
Thấy rồi... nước đó mênh mông / thấy thêm những
dòng nước mắt...
Tôi biết có nhiều người khóc... nên chi tuyết nở đầy
trời!
Tuyết bay về nơi vô định...

Chỗ nào rờ tay cũng lạnh... thì vòng tay lại, ôm nhau!
Mùa Đông sẽ ấm biết bao / nếu được ngồi bên bếp
lửa...
Mẹ già chờ con tới bữa, cha già vừa cởi áo tơi...
Mẹ cha ngó ra bầu trời: thương sao bầy con viễn xứ!

Cơn bão mùa Đông bay tới / lòng người héo hắt mùa Đông!
Ấm lên bên lò sưởi bùng! Ấm lên gian phòng quấn quýt...
Hai chữ bài thơ Tha Thiết, em ơi hãy viết cùng anh...
Em viết bằng mực màu xanh, anh viết bằng mực màu tím!

Chúng ta cùng về kỷ niệm. Mai mình đi gửi Thiếp Xuân...
Về kịp mùa Xuân Đất Nước.
Mẹ Cha đứng chờ cửa trước, chúng mình len lén ngõ sau...
Chúng mình đi trong chiêm bao / giữa mùa hoa đào đẹp tuyệt!

Câu chuyện mà tôi nghe được
Giấu đi thì sợ lạnh, buồn
Chép ra và giữ để còn
Nhớ hoài mùa Đông đáng nhớ!

Một Bài Thơ Tình

Hồi khuya mưa tí tách
Thức dậy nằm nghe mưa...

Sáng.
Có thể tới trưa,
tới chiều mưa còn tiếp?
Mưa đếm hoài không kịp
Nhớ em thêm nhớ thôi!

Mà dẫu nắng rực trời
Vẫn nhớ em rực rỡ!

Em đúng là Nỗi Nhớ
không bao giờ Nỗi Quên!

Nhớ cả lúc em ghen
anh nhìn... mưa, đắm đuối!
Nhớ cả lúc em nói:
"Em ghét anh vô cùng!"

Quên là sự Đau Lòng.
Nhớ là Tình Thân Ái.

Ai bảo em được sinh làm con gái
để anh thề chê hết thẩy giai nhân!

Cõi đời là phù vân.
Tình Yêu là đá tảng.

Em mãi mãi Pho Tượng
đứng sừng trong lòng anh!

Tình Yêu là lá xanh
đứng trên cành không rụng
dù gió mưa lồng lộng
Em! Anh rất Quý Yêu Em!

Mưa đang mưa trước thềm
Mưa đang mưa ngoài ngõ
Mưa xanh đầu ngọn cỏ
Mưa thơm nụ hoa hồng.

Tình Yêu là hoa lòng
thắm tươi từng giọt nước
Anh tưởng em đang bước
nhẹ nhàng trong giấc mơ.

Anh vẽ em bằng Thơ
Bài Thơ Tình Hay Nhất!

Mưa bay ngang chùa Phật
Em kìa, Phật che mưa.
Chúng mình đi trong mơ
Chúng mình đi trong mộng.

Thơ là Niềm-Hy-Vọng
Người yêu người muôn năm...

Em nghe chuông vang vang
Em nghe chớ anh nói:
Em đi mà có mỏi
Anh Bồng Em Ru Em!

Bài Ca Của Người... Liệt Sĩ

Năm 1975, tôi tù
cháu tôi học lớp Sáu.
Khi tôi ra trại về,
cháu tôi lớp Mười Một.

Tôi mừng nó biết thân
cố công theo chữ nghĩa,
tôi tặng nó cái hôn
không chút gì mai mỉa!

Vài tháng sau, tôi thấy
cháu tôi đi làm thuê,
giống như tôi - kiếm sống,
sáng lên rừng, chiều về...

Tôi hỏi nó: "Sao vậy?"
Nó cười, môi tái tê:
"Con không thèm học nữa
vì con chửi Ba con!".

Ba nó, anh của tôi
đang còn tù, chưa mãn.
Nó thấy tôi đã về,
nghĩ: "Ba còn lâu lắm!"

Tôi, Lính xưa, nhẹ, nặng.
Ba nó thì chưa về...
tội chắc là lút cán?
Tù không ai có án!

Mỗi sáng con học bài,
chửi cha "Ba Thằng Ngụy".
Tối con ngồi ôn bài,
chửi cha "Ba Thằng Ngụy"!

Nó nói mà nước mắt
chảy tuôn như dòng sông!
Tôi nghe lòng dao cắt.
Tôi thua thằng bé con!

Cháu tôi không học nữa.
Không có bằng Tú Tài.
Tôi đã không dang dở
mà đời có hơn ai?

Cuộc đổi đời, trái, phải,
tôi cuối đời cúi đầu.
Cháu tôi khôn trước tuổi,
tôi dại thì... làm người!

Làm người dân nô lệ
trong chế độ tả tơi!
Đổi đời là dâu bể
nói chi cũng nghẹn lời!

*

Mấy mươi năm bỏ nước,
tôi nhớ thằng cháu tôi.
Nó mà sinh ra trước
chắc không có đổi đời?

Tôi đã đi lỡ bước
thì đành chấp nhận thôi!
"Tổ Cha Ba Thằng Ngụy"
Tôi vẫn ham sống, còn!

Sống làm người-vong-quốc
cuối đời không lớn khôn!
Già rồi, nhìn mái tóc
hỏi sao mình không buồn?

*Cháu ơi, Chú muốn khóc
vì cháu... là Quê Hương!
Cháu ngó Thái Bình Dương
Chú Buồn Không Biên Giới!*

Vĩnh Biệt Du Tử Lê

Con ngựa tự dưng mà mọc cánh
bay qua biển lớn về quê nhà
ta rơi nước mắt, thôi chào biệt
cũng kịp gửi chàng một đóa hoa!

Du Tử Lê là con ngựa tía
trời sinh ra để chở thơ thôi
thơ tình... rồi những bài thơ tận
lòng tận tình rồi mây trắng trôi!

Ta gửi cho chàng hoa tương tư
nửa cho Thánh Nữ ở trong thơ
nửa cho Chinh Chiến ngoài biên ải
nguyên vẹn nha chàng - Một Giấc Mơ!

Ta nhớ chàng sao! Nhớ nụ cười
hình như chưa thấy tắt trên môi?
hình như bia mộ không hề có
và chẳng bao giờ ngựa có đôi!

Thu Duyên

Có lẽ mùa Thu lắm cái duyên?
Mặt trời không thẳng mà nằm nghiêng
Hoa không chịu nở mà he hé
có lẽ hoa chờ mái tóc Tiên?

Ờ nhỉ lâu rồi em mất biệt
Thu về ngơ ngác lá vàng bay
Thu về con bướm không chờ nữa
nắng Hạ làm con bướm bỏ đây?

Tôi nhớ làm sao tóc của nàng
nhớ sông bờ liễu gió lang thang
Hình như sóng nhớ ai nhiều nhất
sóng gọi tên ai lúc nắng tàn...

Tóc nàng có thể mây vừa tới
Sương xuống hình như tại nhớ người?
Tôi lạnh. Chút thôi. Chiều đã lạnh
Mặt trời đang muốn lặn trong tôi!

Em ơi suối tóc em dài nhé
Anh tưởng Quê Hương mãi mượt mà
với những đàn cò không biết mỏi
chúng chờ bay giữa một Thiên Nga!

Có lẽ mùa Thu làm nhớ quê
Ở lâu, Đà Lạt mình chưa về
Chiều duyên đây chẳng ai làm dáng
... nhiều lý do làm anh nhớ em!

Vĩnh Biệt Trần Tuấn Kiệt

Trần Tuấn Kiệt thôi hết ở đời!
Sa Giang nước chảy ngược về trời
Từ nay Châu Đốc còn Châu Đốc
Sa Đéc ngàn năm nhớ một người!

Người đó! Hỡi ơi Trần Tuấn Kiệt
Đất trời dâu biển một lòng thơ!
Dù sao anh cũng ra Hà Nội
Nhìn Nước Non mình, thế đủ chưa?

Đủ nhé! Trọn đời mơ với mộng
Có chiêm bao nào không dở dang!
Bè bạn của anh đi tứ xứ
Chẳng qua rồi cũng giấc mơ tàn!

Nhiều người thác trước đi về trước
Anh thác bây giờ...giấc ngủ quên!
Quên nhé một thời yêu Đất Nước
Một thời Nam Bắc ngỡ anh em!

Anh ở lại mong thành cổ thụ
Rừng điêu tàn và rừng điêu tàn!
Con sông chín nhánh rồng bay lượn
Rừng, ruộng, rồng, rêu, đá...ngổn ngang!

*Anh đi như thế là yên ổn
Ai Thái Bình Dương cũng thế mà!
Chín suối ở đâu, đều chín suối
Thương anh, tôi ngắm bóng trăng tà...*

Đoạn Trường Thiên Thanh

Bạn bảo tôi làm thơ / hãy chặt ra từng khúc / để bạn nhìn bạn khóc / đó là cách đọc thơ!

Khi Đất Nước bơ vơ / đứng bên bờ Nam Hải / sử gia thành yêu quái / gọi đó là Biển Đông!

Lý Thường Kiệt, nhớ không / có bài thơ Tứ Tuyệt? "Nam quốc sơn hà Nam Đế cư, tiệt nhiên định phận tại Thiên Thư…"

Hai câu thơ, dẫn ra, nước ta là Nam Quốc, Tàu ở trên phía Bắc, dính líu gì với ta?

Ôi Nam Quốc Sơn Hà, nói ra là ứa máu! Trăm triệu dân nương náu… thành trăm triệu cu li!

Thơ tôi, làm, làm chi? Ruột nào chẳng đống ruột? Mổ bụng ra, ve vuốt… đó là Thơ! Là Thơ!

*

Tôi làm thơ, tôi mơ, có lần bạn ghé mắt. Bảo tôi cầm dao cắt, vâng, tôi cắt cái phập... bạn thổi giùm khói nhang!

Tôi, người lính tuổi tàn... làm thơ vì hết cách! Làm quan không hống hách / tàn cuộc thì đành thôi...

Nguyễn Du để cho đời: Đoạn Trường Tân Thanh, đủ! Ôi! Ba trăm năm nữa, ai khóc thương Nguyễn Du?

Thơ không là tàn dư, chúng ta là nhang khói... bay trong trời trôi nổi... phù vân và phù vân...

Coi Như Lòng Đang Mưa

Trời không vướng chút mây! Ngày hôm nay nóng lắm? Mùa Hè mà, mùa nắng... Nắng hơn một tháng rồi...

Các cô gái thì vui, áo không tay, quần cụt, tuổi Xuân hồng đẹp nhất... mỗi mùa Hè đi qua!

Những người Lính đang già, thấy ta qua mặt bạn, cốc cà phê khuấy nắng... Nắng tan. Buồn không tan!

Có nhiều người lang thang, ngó trời rồi ngó bóng. Trời bao la bất động / sao bóng mình lênh đênh?

Nếu có gió nổi lên, tóc chắc bồng bềnh nhỉ? Đôi tình nhân thủ thỉ, thì thầm một góc hiên...

Khi không tôi vô duyên, làm thơ vần nối vận... Có chữ nào lấn cấn... chưa là thơ-dễ-thương?

Tôi nghĩ tới chữ Vương (Lan Hoa Chi Vương Giả), tưởng tượng hồng đôi má / ai đó dạo bên hoa...

Dám có nhớ người xa, chân trời hay góc biển...
hương bay theo chim yến / nước vờn sóng đại
dương...

Cốc cà phê đá tan, mùi thơm tàn buổi sáng.
Người Lính già loạng choạng / đứng dậy... như
giã từ!

Mai mốt đời Thiên Thu / bụi mù chân ngựa
nản / nằm đâu hứng giọt nắng / ngàn dâu xanh
ngàn dâu?

Ngàn dâu xanh ngàn dâu / cái màu ly biệt đó (*)
/ ai về cắn ngọn cỏ / ai đi cõi sa trường?

Em ơi anh có buồn / nhắc câu thơ Chinh Phụ...
Nắng bao nhiêu cho đủ? Mưa bao nhiêu là
thừa?

Coi như lòng đang mưa...

Một Đôi Chim Én

Nhiều hay ít, đã mười năm, em nhỉ / chúng mình chưa hề thấy mặt nhau... thì đêm đêm mình ngó trăng sao, khi trăng lặn, sao mờ, thôi... hết!

Hết mười năm, ít nhiều hơn, không biết, cứ nhủ lòng mình không thể quên... như hết ngày thì sẽ tới đêm, khi hết núi hết rừng mình đi ra biển...

Mình sẽ làm như con én liệng / đem mùa Xuân mùa Thu cho trời. Ba tháng Xuân, trời đất thắm tươi. Ba tháng Thu, trời đất buồn ảm đạm...

Đừng hỏi sao trời mùa Đông lại xám, hãy chờ đi - mùa Hạ phượng hồng! Mặt trời luôn mọc ở phương Đông - em trong lòng, anh trong lòng, mình có nhau, mãi mãi...

Nghĩ cũng ngộ Trời sinh em con gái
Trời bắt anh làm thơ cho em!

Mười năm rồi, thơ mỗi ngày thêm, hai đứa
mình giống Ngưu Lang Chức Nữ... Em cô gái
ngồi bên khung cửi, anh chàng trai đi chăn trâu
hoài...

Mặt trời chỉ một, mặt trời không có hai
Trăng cũng vậy! Chỉ có sao là không hề hiếm!

Em cứ đếm những vì sao trên biển, em hãy đưa
tay bụm hết sao nha! Biển bao la biển bao la...
Anh yêu em, tình yêu không thể đếm!

*

Em nhìn kìa... có một con chim én, nó không
làm nên được mùa Xuân ư? Hãy đáp anh nghe,
hãy nói nhỏ "Ừ", anh sẽ chỉ cho em thấy một...
đôi chim én!

Người ta theo Đạo để người ta cầu nguyện...
Anh theo Đạo Tình Yêu, anh cầu nguyện cho em!

Ngày Chúa Nhật Santa Ana

Ngày Chúa Nhật trời mát
mà buồn quá là buồn!
Nhà Thờ vẫn gióng chuông
tín đồ còn sợ nóng...

Đường McFadden trống
... như trong giờ giới nghiêm
sân cỏ trường mông mênh
không thấy xe nào đậu!

Tin thời tiết không xấu
sao ngày Chúa Nhật buồn?
đi hỏi lá, không sương
đi hỏi đường, đèn tắt!

Sáng lắm rồi Chúa Nhật
chỉ cái chuông thức thôi
không ai gọi ai ơi
dậy, cà phê Brookshurst...

Hiên cà phê thưa thớt
vài ông lão cô đơn
bạn hôm qua vắng luôn
bạn ngày mai không có...

Bốn lăm năm ăn ở
vẫn cứ ngỡ như vừa
ra khỏi chuyện đời xưa
... mà chưa vào hiện tại!

*Chắc hôm nay không phải
Ngày Chúa Nhật ước mong?
Còn chỗ tựa là lòng
lòng của người vong quốc!*

Hành Trình Sahara

Sahara sa mạc, tìm gì trong đó, anh? Tìm viên đá long lanh / để tặng em làm nhớ!

Người con trai đi bộ / như thể con lạc đà / trọn đời không có nhà / trọn đời đi tìm ngọc...

Ngọc không biết thưa thốt "anh ơi em đây anh", chỉ có mưa long lanh / đọng nhánh cành ốc đảo...

Chàng ghé lại giặt áo... rồi lại vượt... sa trường. Cát không có biên cương, ốc đảo thêm... may rủi!

Chàng đi sáng tới tối. Chàng đi tối tới khuya. Những vì sao ăn chia / với chàng niềm hiu quạnh!

Ốc đảo chỉ ở cạnh / niềm thất vọng mà thôi! Và chàng cầu nguyện Trời "cho con một lá cọ".

Khi thốt được câu đó, sa mạc thêm thênh thang. Hình bóng lạc đà tan, chàng bay trong bão cát...

Chàng bay tới Ai Cập, Kim Tự Tháp im lìm, chàng thấy vầng trăng chìm / rồi muôn sao cũng lặn!

*

Ban ngày sa mạc, trắng.
Ban đêm sa mạc, đen
Xác máy bay cũ mèm / nằm trơ trên nền cát...
Camus từng bay lạc / trên sa mạc này mà!

Một viên đá trổ hoa / bên ốc đảo đầy lệ.
Chuyện nhân gian ai kể / đến chỗ này... cũng buồn!

Hết Mưa Rồi Nắng Sẽ Lên

Hết mưa. Trời tạnh dễ thương,
muốn hôn lên má đâu nàng tiểu thơ?
Ghét trời chớ mấy bữa mưa,
hoa trong vườn gục đầu chờ một ai...

Một ai biết mấy dặm dài,
bờ sông nào liễu Chương Đài gió rung?
Cây đào cũng biết ngóng mong,
huống chi người nhỉ, rất trông người về...

Hoa và người đứng mải mê,
cái sân gạch đỏ như bè cứ trôi!
Hết mưa, đã sáng chân trời,
đám mây vàng đứng trên đồi hay em?

Hết mưa rồi nắng sẽ lên,
tôi tin như vậy cho mềm ngón tay!
Người xa người chẳng bao ngày
mà sao thê thiết đọa đày ý thơ!

Giàn bông giấy thấy như thưa,
ôi bao hoa rụng trên bờ giậu kia...
Thơ làm mấy đoạn, ngồi chia,
một, hai, ba, bốn... em về chiều nay?

Từ Một Bản Tin Thời Tiết

Tin thời tiết nói hôm nay mưa lớn sau một ngày mưa tạnh, hôm qua. Hồi tối, chờ mưa tôi đi ngủ sớm, quá nửa đêm thức dậy nghĩ mưa sa...

Tôi mở cửa sổ nhìn ra, đêm tối mịt, một vài vì sao lẻ loi, bơ vơ. Trời không gió, không nhánh cây nào nhúc nhích, mái hiên nhà không lộp độp tiếng mưa...

Thế là không có bản tin nào đúng? Trong cái lặng im tôi nghĩ đó tin lành! Mong như thế để nhủ thầm Hy Vọng một ngày mai trái đất Một Màu Xanh!

Tôi khép cửa, mở keyboard, tôi gõ. Tôi nghe mưa... tôi tự rót xuống trong lòng. Nhớ ai quá, một thời xưa áo đỏ đi giữa rừng mùa Hạ hoa vông...

Ôi hoa vông một thời Phan Thiết rơi đầy trên mặt sông Cà Ty. Ai nón lá che ngang đôi mắt biếc, tôi hành quân về đứng lặng quên đi... Những giọt mưa âm thầm kỷ niệm nghe nhạt nhòa sắc tím thời gian... Tôi mấy tuổi mà thấy mình vẫn lính, niềm tương tư muôn thuở là Nàng!

Nhắc tới Nàng, lòng tôi chết sửng, nhớ con sông người ta sang sông, những giọt mưa giữa lưng trời đứng chựng rớt bên kia chăng trên tấm áo lụa hồng?

Chạp Mộ

Từ khi em bước xuống đò,
con sông cứ rộng, đôi bờ cứ xa...
Em thành con chim đa đa,
anh bồ câu đậu mái nhà, cô đơn...

Chắc em cũng biết anh buồn?
Có ai vui với cô đơn bao giờ!
Trăm năm là chuyện trong mơ,
con sông một dải mờ mờ hoàng hôn!

Khi không mà nhớ mà thương,
khi không cau nở đầy vườn Ngoại chi!
Nước nhà tao loạn, anh đi,
dăm ba ngày phép anh về, em xa...

Em thành con chim đa đa,
anh bồ câu lại đi tha cỏ rừng...
Tha về làm tổ mùa Xuân,
trong chiêm bao giấc não nùng chiêm bao!

Em ơi đó, chuyện hồi nào,
bốn mươi năm nhắc lệ trào nghĩa trang...
Một bia mộ chữ mấy hàng,
đời đơn sơ tựa khói nhang bay mù...

Tình trăm năm, tình Thiên Thu,
con đa đa đậu... rồi vù gió bay.
Con sông chiều nước nổi đầy,
béo trôi mấy đám tưởng mây, không dè...

Bốn mươi năm, anh trở về,
cây đào đơm nụ, thơm ghê rồi tàn.
Thơ anh ràn rụa đôi hàng,
em trong nước mắt, anh lang thang buồn...

Con sông đầy ắp mùi hương,
con sông Bến Ngự Vua còn nữa mô!
Huế chao ôi những ngôi mồ,
bao nhiêu lần Chạp Mộ chờ... gió lên!

Sau Một Ngày Mưa

Trời mưa, mưa chỉ một ngày,
người ta và cỏ và cây đều mừng!
Cuối năm trời bỗng vào Xuân,
thời gian chớp mắt ngỡ gần mà xa...

Mưa là mưa bữa hôm qua,
hôm nay nắng nở cùng hoa một màu.
Một màu, màu đó chiêm bao,
màu tuy trước mắt cũng màu trong mơ!

Cảm ơn mưa, mắt muốn mờ,
nghĩ thương Đất Nước mình giờ bão dông...
Việt Nam mình, Hạ và Đông,
mặt chưa sum họp đã lòng biển dâu!

Một ngày mưa chẳng là lâu,
lòng mong mưa thấy như cầu nên duyên.
Thật thì trong cõi bình yên,
nắng mưa đâu có lụy phiền gì ai...

Khui lon bia, ngồi lai rai,
uống mưa, uống nắng, uống ngày trôi qua...
Hình như có uống người ta,
đi mô không biết, ngã ba đường tình...

Nói Chuyện Cùng Trăng

Đêm nay đêm trăng mồng Mười,
mặt trăng chưa giống mặt người tôi mong.
Lại buồn thêm nữa, đêm Đông,
người xa không biết đang sông biển nào?

Sông thì im? Biển thì gào?
Tôi nghe có tiếng thì thào, gió chăng?
Hay là tiếng vỡ của băng,
của những tảng tuyết đang nằm trên non?
Tôi nghe có cả tiếng buồn,
tiếng sương nhỏ giọt trăng chờn vờn rơi...

Trăng à trăng ạ trăng ơi,
trăng tròn như mặt một người, Rằm nha!
Năm hôm nữa, dưới hiên nhà,
tôi treo đèn đợi, kết hoa, trăng về...

Nhìn trăng chải mái tóc thề,
nhìn trăng nhẹ bước trên lề cỏ xanh...
Trăng là vàng, ngọc, long lanh...
Trăng là yêu quý Trời dành cho tôi!

*Lòng tôi tha thiết, nói hoài,
chẳng riêng trong một mồng Mười đêm nay.
Trăng có khi khuyết, khi đầy,
tình tôi một trái tim này, thưa Em!*

Cuộc Chia Ly Lịch Sử

Cuộc chia tay một phút mà xa cách trọn đời! Một đất nước chia đôi liền lặn trong nước mắt... Người ôm người nép mặt... một phút rồi, thôi xa!

Người xuống thuyền đi qua biết bao là đại hải. Người không đi ở lại, cha mẹ già quạnh hiu. Đó, hình ảnh những chiều, tương lai thật ảm đạm. Có lẽ hoàng hôn xám nên mắt người âm u?

Cuộc chia tay không lâu - chỉ diễn ra một phút. Không kịp trao lời chúc, không kịp nói tiếng chào. Thuyền rẽ sóng ào ào, tịnh nhiên Trời với Phật!

Cái gì bỏ cũng mất. Cái gì cho thì còn. Mẹ cha già, nắm xương, chắc đã thành tro bụi! Con, đầu xanh nhúm tuổi... rồi cũng bay như mây! Ai cho mình tương lai... khi mình bỏ Đất Nước!

Bốn mươi năm dài thượt. Bốn mươi năm lê thê. Những bước chân người về đạp nhòe thêm quá khứ. Như con chim mất tổ, đi tìm những hạt sương... Đi tìm những hạt sương. Đi tìm những hạt sương!

Nắng Thủy Tinh

Nắng thủy tinh! Đúng là nắng-thủy-tinh!
Lạnh như gương vỡ vẫn còn hình:
những đường kính nứt hay dao để
sát mặt em và sát mặt anh?

Nắng thủy tinh là nắng rất trong
tại sao lại lạnh đến tê lòng?
Gió bay qua, nắng, rung rinh nắng,
nắng lấp lánh, kìa, em thấy không?

Sáng hôm nay ngồi hong nắng mai.
Lạnh chao ôi lạnh tóc em dài.
Mưa không có nước... mà mưa nắng
và lạnh vô cùng rung cả vai!

Em nói hồn nhiên: nắng vỡ rồi,
anh à mình trốn nắng đi thôi,
vào nhà đốt lửa ngồi hơ nóng,
đừng ở ngoài vườn kẻo... nắng rơi!

Quả thật mùa Đông nắng cũng run!
Hai tay siết, vẫn, lạnh vô cùng...
Chim không thấy lượn trong trời nắng.
Anh lượn lờ em đôi mắt nhung!

Nắng thủy tinh... là nắng pha lê.
Đường xa không biết có ai về?
Quê nhà không biết mưa hay nắng?
Nhớ quá hồi em chải tóc thề...

Cây đào trên dốc Bà Trưng
sáng đợi nắng mùa Xuân, anh đợi
em nhoẻn nụ cười duyên và bẽn lẽn:
anh ơi đem nắng để em mừng...

Ôi nắng ngày xưa, nắng ngọt ngào,
ở đây nhìn nắng cứ nao nao...
Nắng như gương vỡ ra từng mảnh!
Nắng vệt nào nghiêng cũng giống dao...

Chào Em Mùa Đông

Sáng hôm nay thật sự sáng-mùa-Đông. Lạnh trên mặt. Lạnh! Trong lòng cũng lạnh. Nắng long lanh mà như không phải nắng - những mảnh băng lấp lánh đó, thôi mà!

Sáng hôm nay, thành phố rộng và xa. Xe và người đi qua còn để khói. Khói và sương, Hàn Mạc Tử từng nói: "Nhân ảnh mờ, ai có biết tình ai!" (*)

Sáng hôm nay, có thể tiếp ngày mai, mùa Đông thật sự kéo dài ba, bốn tháng. Tôi mở máy thấy e-mail của bạn: "Ở chỗ mình tuyết đã trắng đầu non!"

Cái muỗng cà phê khua cái tách nghe giòn, tôi liên tưởng hàm răng ai lập cập. Em đi gấp sao em về không gấp? Lạnh xé lòng, em về xé anh không?

Sáng hôm nay, thật sự sáng mùa Đông. Tôi đội beret đi một vòng vườn nhỏ. Chỉ có một đóa hoa thôi, một đóa hoa mới nở, nó chào anh nó chào cả em xa...

(*) Thơ Hàn Mạc Tử: Mơ khách đường xa, khách đường xa, áo em trắng quá nhìn không ra! Ở đây sương khói mờ nhân ảnh, ai biết tình ai có đậm đà?

Giữa Mênh Mông Ánh Nguyệt

Cửa sổ nhà em chừ thêm khung sắt,
cardinals không còn gõ kính, buồn ơi!
Em nói anh nghe, lời chẳng trọn lời,
anh biết chứ - anh là loài chim mà ngày ngày em đợi...

Cửa sổ nhà em vẫn còn sáng chói,
ngày ngày em lau cho hết bụi và sương.
Em nói anh nghe giọng nói buồn buồn -
sao em không nghĩ anh là bụi nhỉ?

Sao em không nghĩ anh là sương, một tí,
để em lăn ngón tay còn dấu ngón tay?
Em không nói anh nghe khi anh hỏi câu này.
Dù em không nói nhưng anh nghe tiếng khóc...

Anh muốn hôn em hôn gương mặt mộc,
hôn ngay bây giờ, hạnh phúc biết bao nhiêu!
Anh đang đứng rất xa em, trời đã chiều,
anh tưởng tượng mắt em vầng trăng đang hiện...

Anh tưởng tượng dòng Tương Giang mất biến,
bỗng giữa trời có một chiếc thuyền trăng,
bỗng giữa đời anh có một giai nhân,
là em đó, giữa mênh mông ánh nguyệt!

Không biết chừng nào những khung cửa sổ nhà em rỉ sét.
Không biết chừng nào anh mới gõ cửa thăm em.
Hai mắt em hiện một ngọn đèn,
anh thổi tắt cho đêm dài vô tận...

Trước Mặt Một Bình Minh

Muốn làm bài thơ thời tiết, chẳng hạn: Hôm nay trời trong... Nghe có chi chi trong lòng, buồn buồn vẩn vơ trời đất...

Muốn làm bài thơ trong vắt như là nước trong hồ gương, con nhện giăng tơ hứng sương trên cành khuya còn mấy giọt...

Muốn làm bài thơ rất ngọt nhớ hồi cầm mút ngón tay, nhớ hồi nhỏ có những ngày thèm sao cây cà rem lạnh...

Có nhiều điều đang cố tránh, muốn làm bài thơ không thành! Đâu phải cái gì long lanh cũng là những viên ngọc bích?

Có những điều mình ưa thích chỉ là những ước mơ suông... Đã gặp được một chữ buồn, chữ suông, tầm thường quá nhỉ?

Tự hỏi mình có chung thủy... khi bắt đầu một bài thơ? Tự hỏi những điều ước mơ đã có bao giờ hiện hữu?

Tôi có làm ai khó chịu, nãy giờ ngồi viết lung tung? Hỏi nhỏ: Em Có Buồn Không Nếu Anh Không Làm Thơ Nữa?

Con chim vừa đậu cửa sổ, tìm ai? Rồi, nó bay rồi... Có một giọt sương mới rơi. Có nụ hoa cười bờ giậu...

Một Ngày Đất Trích
Một Thời Tha Hương

Sáng, bạn tới uống trà.
Trưa bạn mời uống rượu.
Đứa nào như cũng thiếu
cái gì, như quê nhà?
Đứa nào đang cũng già,
nhắc lại thời đi lính,
những toan tính lúc tù...
rồi cười lên ha hả!

Rượu vào như buông thả
hết cái nợ trần gian.
Đứa nào cũng Việt Nam...
hèn chi, mà mất nước!

Nhắc những thằng đi trước,
nghĩ tới những bình tro.
Thì ra sau và xưa
đúng như lời Chúa phán!

Núi không mòn, sông không cạn,
đời người thì khói sương.
Xưa nay có ai thương
những thằng lính bại trận?

Vắt tới giọt rượu cặn.
Vắt tới hơi thở tàn.
Chúng ta là Việt Nam:
Viên Minh Châu Bám Bụi!

Xế, chiều, thôi hết nói.
Vầng trăng tối nghẹn ngào...

Pall Mall

Phải anh là lính, mời anh lên lầu...
Câu nói sau một cái chào,
người con trai mỉm cười trước người con gái...

Người con gái đi bên trái,
hai người cùng lên bậc thang.
Hai người đi ngang hàng.
Người con trai không mang cấp hiệu...

Tôi không nói gì thêm
chắc ai ai cũng hiểu /
hai người đó đi đâu.
Không vào rừng sâu,
không lên núi thẳm...

Tôi đứng ở hiên nhà nhìn nắng
rút một điếu Pall Mall
thả khói lên trời,
nhớ thơ ai một thời,
thơ Hồ Dzếnh, thì phải...

Tôi đọc đi đọc lại,
chẳng gì cũng ngất ngây:
"Có phải sầu vạn cổ /
chất trong hồn chiều nay?...
Ngỡ lòng mình là rừng,
ngỡ hồn mình là mây...".
Nắng như có màu xanh rất ngọt...

Bạn nói: "Đợi mình ba mươi phút".
Tôi đợi đã một giờ.
Chẳng sao, trời còn trưa,
còn thừa ngày nghỉ phép...

Người con gái khép nép
đưa bạn tôi ra hiên.
Hai người cùng cười duyên.
Đẹp sao môi người Lính!

*Ôi ngày xưa vô định,
ôi ngày xưa vô biên,
ôi ngày xưa muốn quên,
ôi quên mà vẫn nhớ...*

Trời Còn Thừa Nước Mắt

Trời còn thừa nước mắt...
nên còn những chiều mưa!
Em nhìn đi, thấy chưa?
Buổi chiều buồn bã quá!

Bao năm quê người lạ
tôi đắm đuối từng chiều.
Một phần nhớ người yêu,
chín phần thương Đất Nước...

Những chiều xưa chậm bước
đi ngắm nắng hoàng hôn,
bây giờ nhìn mưa tuôn,
nghĩ trời còn nước mắt!

Mưa làm cho lửa tắt,
phải rồi không Má ơi.
Những buổi chiều Má ngồi
bên nồi cơm, đâu nữa?

Những khuya Cha khơi lửa...
chữ là đom đóm thôi!
Trời sinh chi con người...
người cùng chung Tổ Quốc?

Trời sinh chi tiếng khóc?
Cũng sinh chi nụ cười?
Tôi nhặt nụ hoa rơi
gọi tên người trong mộng!

Cõi này là cõi sống,
bao nhiêu người thản nhiên,
bao nhiêu người tỉnh, điên,
 bao nhiêu người vào Đạo?

Tôi hỏi con chim sáo.
Con sáo vỗ cánh bay.
 Bên kia sông, lưu đày,
đi rồi, ai về lại?

Phật xòe bàn tay trái,
cái gì? Có hay Không?
Phật úp tay lên lòng,
cái gì? Không hay Có?

Tôi nhìn lên tượng Chúa,
hai giọt lệ chảy dài.
Máu, ngàn năm không phai
rịn hoài trong đau đớn!

Tôi nhìn làn nước gợn,
vì sao sóng xô nhau?
Tôi hỏi thăm đồng bào,
mưa chiều tuôn rả rích...

Trời còn thừa nước mắt,
mưa đi và mưa đi...
Mưa đi và mưa đi!
Mưa đi và mưa, mưa...

Ngày Đầu Mùa Đông

Hôm nay chắc không nắng.
Khắp bầu trời là mây.
Gió khều cây lá bay –
những chiếc lá còn sót.

Hôm nay ngày Thu chót,
ngày mùa Đông bắt đầu.
Mùa Thu sẽ đi đâu?
Chắc trong lòng núi tuyết?

Tuyết đầu mùa đẹp thiệt:
 bay và dính trên cây.
Tuyết hay hoa của ai
đem cài từng cửa sổ?

Anh nhớ em rồi đó!
Cửa sổ nhà em sao?
Mở cho gió lạnh vào
hay đóng cho tuyết đọng?

Không nắng không thấy bóng
con bướm bay trong vườn.
Tội nghiệp đóa hướng dương
nhớ em buồn ngơ ngác...

Đóa hướng dương úp mặt
mấy lần trong đêm qua...
Đóa hướng dương nở hoa
mấy lần trong ngày mới...

Ôi em xa vời vợi.
Xa như vầng trăng khuya.
Xa như con bướm kia.
Thấy gần... mà xa lắm!

Mùa Xanh Mùa Sương

Mùa xanh, mùa sương, mùa sương sa. Rất nhiều người con sống xa nhà, lễ Tạ Ơn nhớ ơn Cha Mẹ, đang bắt đầu những ngày về thăm nhà...

Nhà của Mẹ Cha là nhà-của-con-cháu, lại rộn ràng, vui vẻ, tự nhiên. Mừng những ông bà già còn có nhà tựa cửa để sáng chiều nghe tiếng hót của chim...

Thương những ông bà già ở Nursing Home, cũng ngôi nhà mà không nồng lửa ấm, cũng có vườn mà không chim véo von, may còn thời gian để ngó thời gian...

Mùa xanh mùa sương sa bờ giậu, cách ngăn dù rất mực đơn sơ... những chiếc lá rụng thấy buồn chi lạ, mai còn xanh còn sương hay là mai mưa?

Mai là mai là mai, mai nào, vầng trăng vàng ai thấy nao nao, ai ôm bóng trăng vàng tháng Chạp, ai đã ngăn nước mắt không trào?

Nghe gió lạnh, nghĩ là gió Bấc, nghe ngậm ngùi, nhớ quá Huế ơi! Huế không phải cô-hàng-xóm-Mỹ... mà Huế là vầng trăng của tôi!

Cảm Ơn Trời Đời Đẹp Như Mơ

Ai cũng biết hôm nay ngày-của-Chúa,
chỉ có đôi uyên ương nói ngày-của-chúng-
mình.
Chàng mặc áo màu xanh cọng rạ,
nàng áo hoa cà tím dịu hoàng hôn...

Đôi uyên ương là đôi chim yêu thương.
Đôi chim sẻ, bồ câu... cũng mang tên đó
khi chúng chia nhau tha từng cọng cỏ
xây ngôi lầu tình ái trăm năm...

Đôi uyên ương là chàng và giai nhân
gặp như hẹn từ muôn tiền kiếp,
gặp như hẹn một ngày nào chết,
anh và em vẫn ở bên nhau...

Ngày Chúa Nhật chắc sẽ trôi qua mau...
khi cuộc sống chỉ là giấc mộng,
khi những tiếng chuông giáo đường vang vọng
và tan theo tiếng máy xe chạy đường trường.

Chàng và nàng đi tới hoàng hôn,
dòng suối bạc hoa vàng trôi nổi.
Áo nàng tím hoa cà nắng rọi,
chút tà huy mà cũng vợi vợi buồn...
Áo của chàng chừ như khói sương...
Bốn cánh tay chờn vờn sương khói.
Tôi muốn nói, thật tình tôi muốn nói:
Cảm ơn Trời đời đẹp như mơ!

Đêm Rằm Tháng Chín

Đêm Rằm không lạnh lắm,
em mặc áo ngắn tay.
Anh nhìn chẳng biết ai...
vì em hay Nguyệt Bạch?

Đêm Rằm trăng trên vách,
em là trăng trên trời.
Tóc em hay mây trôi
làm con sông đắm đuối...

Đêm Rằm tay em duỗi
một động tác dịu dàng.
Trăng bao nhiêu ánh vàng
dát vào tay em hết!

Đêm Rằm anh không biết
nói với em lời nào
vì em rất ngọt ngào,
lời nào thơm hơn mật?

Đêm Rằm đêm có thật
trong chuyện tình trăm năm.
Ngực anh chỗ em nằm
ngủ ngoan tình muôn thuở...

Đêm Rằm làm anh nhớ
câu thệ hải mình sơn.
Trong vòng tay anh ôm:
Em Vầng Trăng Duy Nhất!

Vớt Trăng Buổi Sáng

Mùa Đông mùa Đông trôi trên sông.
Bình minh bình minh thương vô cùng.
Mặt trời ai vỗ tan cùng nắng.
Mặt nước ai đùa không thấy trong?

Mùa Đông Huế bay sương trên đầu,
trên hàng cây buồn cây sầu đâu.
Em chải tóc sương, sương chẳng rụng,
sợi nào ướt đẫm khăn nào lau?

Mùa Đông Huế xưa xưa bao giờ?
Bao nhiêu đời Vua, bao nhiêu Vua,
Cung đền miếu mạo xây còn đó...
Còn đó phơi lòng với nắng mưa!

Ta cũng phơi lòng trong nắng mai.
Con sông Hương xanh xanh trôi dài.
Nơi nào sâu nhỉ, nơi mô cạn?
Trong khoang thuyền kìa em bên ai?

Hồi em mười bảy ta không ngờ
ta xé lòng ta từng phiến thơ!
Nhất phiến tài tình thiên cổ lụy! (*)
Câu thơ xưa nằm trong giấc mơ...

Ta phơi lòng ta phơi khăn điều.
Nắng mai hôm nớ lạnh như chiều.
Chiều sương như sáng mùa Đông cũ,
trời đất mờ không nhạt chữ Yêu!

Mùa Đông mùa Đông mùa Đông trôi.
Con trăng xưa nằm nguyên trên đồi.
Núi Ngự Vua nằm, ta đứng ngắm,
ngàn năm ta yêu yêu em thôi!

Ôi một câu thề ta để lại.
Mùa Đông mùa Đông không xa xăm.
Sáng nay ta ngó bình minh vỡ,
ta vớt lên còn mấy mảnh trăng...

(*) Thơ Phạm Quý Thích tặng Nguyễn Du.

Bài Thơ Này Chừng Đó

Nụ hoa quỳ đầu mùa của tháng Mười Đà Lạt tỏa hương thơm bát ngát, tôi hái tặng cho nàng...

Hoa quỳ không cao sang nhưng nàng thì quý phái, tôi nhìn nàng thân ái với đất trời, đẹp sao!

Nàng ở trên ngôi cao, mắt nàng chớp, nhìn xuống, lúc đó ngày nắng muộn, nàng, một vầng Thái Dương!

Nàng là Yêu là Thương như hoa cỏ Đà Lạt. Nàng là ngọn gió mát thổi qua dãy Trường Sơn...

Tôi luôn luôn biết ơn người con gái tôi nhớ, tôi nghĩ tôi mắc nợ nàng, một nụ hoa quỳ...

Nếu đừng có chia ly trong thời chinh chiến nhỉ? Tình yêu muôn Thế Kỷ đẹp như muôn màu hoa...

Nàng muôn dặm đường xa đi về thăm chốn cũ; tôi không ngờ tái ngộ người tôi từng tương tư...

Nụ hoa quỳ tháng Mười, tôi hái tặng người đẹp, nàng mở tròn mắt biếc, mặt nàng như khuôn trăng...

Thế mới biết cố nhân không có ai tàn tạ. Tình xưa xanh cây lá, tình nay xanh nước non...

Tôi để một nụ hôn trong nụ hoa trao tặng. Lúc đó, trời còn nắng, nàng - một Vầng Thái Dương!

Con dốc Trưng Nữ Vương chưa bao giờ đẹp thế! Nàng nhỏ nhẹ giọng Huế "cảm ơn anh", nghẹn ngào...

Lòng tôi nghe nao nao. Bài thơ này chừng đó!

Mừng Em Về Từ Michigan

Em vừa qua xứ Vạn Hồ,
cây xanh vàng chớm lòng chưa thấy buồn,
đầu Thu ngày trắng mù sương,
giữa Thu em chắc không còn ở đây...

Cõi ta sống tạm, cõi này,
đi đâu rồi cũng như mây trên trời!
Một lưng núi là một nơi
em đưa tay hứng trăng vơi trăng đầy.
Em về kể chuyện thật hay
khi em gặp được bạn ngày rất xưa...

Bạn bè có kẻ trong mơ,
có người cõi thật mờ mờ như không.
Em vui, hai má hồng hồng,
môi son không nhuộm bởi lòng hồn nhiên...

Anh nhìn em, anh nhìn em,
thấy Thu đang tới ở trên áo người,
áo vàng hoa cúc vàng tươi,
vàng Thu lá chớm là trời chiêm bao!

Vạn Hồ hay vạn vì sao
đổi em đôi mắt ôi chào là thương!
Nhẹ nhàng anh đặt nụ hôn,
có con bướm lạc bên đường, cười duyên!

Em nhìn con bướm, nhìn nghiêng...
mà sao tia mắt nàng xuyên tim chàng?
Anh đi hái nụ hoa vàng
cho em thổi nhé cho làn hương bay...

Thơ Tôi Bay Bay Rồi Sẽ Đậu

Năm bốn mùa, chia ra không đều đặn:
Xuân một tháng,
Hạ lê thê,
Thu vài ba bữa,
Đông... thì! Thôi, bất tận!

Mùa Thu năm nay chỉ ba hôm có nắng.
Lá vàng rơi cũng vừa đủ ba hôm.
Những con đường Thu dù không gắn chữ Buồn,
ai ngược xuôi chắc cũng thấy hồn mình bảng lảng?

Đang mùa Đông, trời ban ngày không sáng.
Đèn ban đêm từng mảng đỏ, mảng xanh.
Sương lấp lánh ánh đèn, sương lạnh tanh.
Chưa có tuyết, chắc cuối năm có tuyết...

Năm bốn mùa, mùa nào thì cũng hết,
để lại bắt đầu mùa ly biệt hồi nao...
Dòng thời gian theo giọt nước ngọt ngào,
nếu... đừng nhắc nhớ những khổ, đau, tủi, hận!

Tôi Thầy Giáo, nhớ sao thời bụi phấn!
Đang mùa Đông, nhìn sương trắng, nhìn hoài...
Nhìn cho qua đi ngày tháng không mùi,
bởi đây không phải Đà Lạt thì hoa quỳ không có...

Có còn chăng, con trăng đầu ngõ,
đắp mền sương, trăng lạnh, biết làm sao!
Tôi nhớ tới ai, nước mắt tôi trào –
Năm có bốn mùa, mùa nào cũng là mùa yêu dấu!

Thơ tôi bay.
Bay rồi sẽ đậu bờ vai em,
em nhé Tình ơi!

Bài Thơ Một Chữ

Đợi em về tối quá,
tôi pha cốc cà phê,
tôi khuấy đóm sao khuya
nhớ vầng trăng cuối tháng...

Trăng không lên, không lặn,
tôi nhớ trăng, đỡ buồn?
Nhớ là chắc có thương
nên lòng tôi sao đó...

Khóm dạ hương đang nở,
hương ngào ngạt mùi hương.
Những con dế rung chuông
hay là hoa rung cánh?

Em ơi mùa này lạnh
sao em lâu không về?
Em làm overtime
hay em vui bè bạn?

Tôi nghe lòng như rạn,
chút chút mà cũng đau.
Trái tim đập như mau
hay cà phê kích thích?

Đêm càng lúc tối mịt.
Sương càng lúc dày thêm.
Sương có lạnh chân em
hỡi đôi chân ngà ngọc...

Ước chi nghe tiếng bước
trên lối sỏi bây giờ...
Tôi chỉ nghe tiếng mưa
rơi trong lòng thì phải?

Khóm dạ hương động đậy.
Gió bay và hương bay.
Em không về đêm nay,
con dế mèn cũng nhớ...

*Hình như tôi mới lỡ
thốt điều gì bâng quơ?
Hình như cả bài thơ
chỉ còn có một chữ?*

Ngày Hôm Nay Ngày Hôm Nào

Ngày hôm nay cũng buồn như ngày hôm qua,
mặt trời chưa lên trên những mái nhà.
Sương còn đọng và đang lăn từng giọt,
rớt xuống một cành hoa thành lệ của hoa...

Ngày hôm nay sẽ có nắng lúc chín giờ
hay mười giờ cũng nên?
Ngày mùa Đông không ai quên chờ nắng,
lòng mùa Đông anh cũng chờ em!

Có thể em không nói một lời nào cả,
lời hồi âm cho câu thơ vu vơ.
Mưa hay nắng, bệnh của trời muôn thuở,
em ở bên ngoài hai chữ Tương Tư!

Em hồn nhiên. Hồn nhiên như gió.
Sáng hôm nay gió rất nhẹ nhàng.
Anh tưởng tượng em đang cầm chiếc muỗng
khuấy ly cà phê nhìn bọt sữa tan, tan...

*Anh mở computer, xem e-mail, không có.
Ngày mới mà không ai nói chào ai...
Cả những con chim cũng không ồn ào trên
thảm cỏ.
Anh vẫn chờ em mà, nhón bước đi em cho
anh nghe!*

Kỷ Niệm

Thứ Bảy có em trời tuyệt vời,
ngày mùa Đông ấm trắng mây trôi,
hoa mùa Đông nở hay là tuyết -
là em đấy mà! Em đó thôi!

Thứ Bảy có em đời dịu dàng,
em là dáng dấp một cao sang,
gió vờn áo lụa thơm chi lạ -
chung quanh nàng bao nhiêu hoa vàng!

Thứ Bảy này không như lệ thường,
không nụ hoa nào không yêu thương!
Hái cho em một hoa rừng dại
còn đọng mù sương - sương kim cương!

Thứ Bảy này anh tưởng Huế đây,
con sông Hương anh ôm trong tay,
trăng Ngự Bình cười trên đỉnh núi,
có con cò - cò trắng đang bay...

Thứ Bảy này mình đang đi về,
dẫu quê người vẫn có đường quê,
anh chỉ cho em đồng lúa biếc,
mình dừng chân lâu bên khóm tre...

Thứ Bảy này ôi Thứ Bảy ơi,
anh hôn em anh hôn mặt trời,
mặt trời mai rất thơm rất ngọt,
anh giật mình: Tất Cả Mây Trôi!

Mùa Đông

Mùa Đông đi bước chậm
cũng tới sát cửa nhà.
Rồi những giọt mưa sa
cũng bay vào cửa sổ!

Mùa Đông là mùa nhớ,
đi một năm trở về
đem cái lạnh buốt tê,
đem cái buồn thiên cổ!

Cây ngô đồng đứng ngó
đồng cỏ vàng xa xa.
Cây ngô đồng nở hoa
ôi chao toàn hoa tuyết!

Không có gì mất biệt,
ngay cái gì hư vô.
Nụ cười của bé thơ
đẹp hoài trong tưởng tượng!

Tiếng tim của người lớn
rung rinh cả đất trời.
Sau một mùa lá rơi,
tiếng tim còn thổn thức...

Mùa Đông về, hạnh phúc,
tôi gặp em trong mơ
như thuở Huế bao giờ
hoa sen ao Chùa trắng

Hoa sen mang màu nắng,
mùa Đông thì xám xanh.
Em chải tóc, long lanh,
trúc trên Đình đứng ngắm...

Mùa Đông đây thăm thẳm,
đó là lòng-thời-gian?
Em đâu có tạ tàn,
tôi càng yêu thắm thiết!

Bởi em vầng Minh Nguyệt,
trời nào cũng sáng trưng.
Tôi đứng đợi mùa Đông
chầm chậm vừa tới cổng...

*Cửa nhà tôi không đóng,
mời em bước vào nhà.
Tôi hứng giọt mưa sa
cài cho em hoa ngọc...*

Một Góc Phố Buổi Mai

Những người con gái đẹp
đều là con nhà nghèo?
Lạ! Sao lại yêu
những con người thiếu vải?

Mùa lạnh, da tai tái,
hình như có phấn hồng?
Thương quá kìa tấm lưng,
chắc nắng nhiều lưu luyến?

Thương quá kìa cái miệng,
ai khiến mà nở hoa?
Sương bịn rịn nhạt nhòa
hay người ta làm điệu?

Người đẹp có cái thiếu
là vải phủ lên người!
Được cái có nụ cười
khiến đời có ý nghĩa!

Ai mới vừa nói thế?
Cốc cà phê chao chao...
Giọt cà phê có màu,
tóc ai kìa đen mượt!

Ôi lòng gương ý lược
không biết nghĩ ngợi gì
khi người đẹp đang đi
tóc bồng bềnh sương khói...

Mặt trời nheo mắt rọi
ánh nắng ngày Thu vàng,
nhớ thời lính xếp hàng,
tôi nhớ sao thời trẻ...

Nếu đời không dâu bể,
tôi về tự đầu non
đứng ngắm ai mỏi mòn,
thương ai nghèo, tội nghiệp!

Trường Tiền qua không kịp,
tôi thành người tù binh,
sáng nay bỗng giật mình:
nhớ lại thời thiếu vải...

Rồi, nhìn, kìa, con gái...
thiếu vải sao mà thương!
Mà thôi, mình lỡ đường!
Mà thôi, mình tàn tạ...

Rít một hơi thuốc lá,
tôi phà khói, khói bay.
Ước chi ai kề vai
tôi trùm lên sương khói...

Ngày Tàn
Đêm Tạ Nguyệt Phai Phai

Trời chuyển sang Thu được mấy ngày,
lá vàng mấy chiếc chớm vàng bay,
gió từ phía Bắc về phơn phớt,
mưa mấy cơn là mưa-bóng-mây...

Cali lại nóng như mùa Hạ,
Hạ đỏ nhớ hoài em bé thơ:
Chị đẹp em đâu, anh hỏi với,
phải chăng khăn tím gió đang đùa?

Cali lại nóng như đài báo,
ngày, mỗi ngày trăm độ F tăng!
Thứ Bảy vẫn đầy hiên quán phố
những ông già lui tới hỏi han...

Cali thưa thớt người đi bộ.
Xe bus vàng yên lặng chạy qua.
Những đứa học trò năm học mới
em nào miệng cũng đỏ như hoa...

Trèo lên cây bưởi, tôi nhìn xuống,
tím ngắt, đìu hiu đám ruộng cà,
không thấy tầm xuân hoa hé nụ...
nhớ người Xuân cũ đã đi xa!

Em mười bảy tuổi, tôi trăm tuổi,
vuốt tóc mà thương Lính một thời –
vận nước ngửa nghiêng, người Lính cũng
khác nào như một đám mây trôi!

Nhớ em, tôi tưởng tôi còn trẻ...
còn một bài thơ buổi sáng này.
Mở báo nghẹn ngào trang cáo phó,
ngày tàn đêm tạ nguyệt phai phai...

Áo Học Trò
Ngày Xưa Đơn Sơ

Áo học trò ngày xưa đơn sơ,
hai tà vải trắng gió bay đùa,
ông Thầy không phạt em tà áo
mà phạt em vì em mộng mơ...

Mà phạt em vì em biếng học,
em nhìn lên bảng mắt ngoài sân
khi hoa khuynh diệp rơi trong nắng,
Thầy thấy em kìa, động gót chân...

Thầy phạt em vì em dễ thương,
bài em không thuộc má em hường,
Thầy nhìn em chợt Thầy suy nghĩ;
mình phải giảng bài sao hay hơn...

Nhiều lúc, nhiều khi, tôi nhớ lại,
một thời đi dạy... như lang thang:
áo dài em trắng hay mây trắng,
gương mặt em là hoa ngọc lan?

Nhiều lúc, nhiều khi, tôi tự hỏi:
mình làm thơ hay mình tương tư?
Ngày chưa vào Lính, tôi còn trẻ,
ai khiến "nghiêm trang" với học trò?

Học trò ngày xưa nay đi đâu,
cuối non hay vẫn tận giang đầu?
Bầy chim nhớ núi bay về núi,
tôi lạc bầy tôi bay trong mơ...

Quá Khứ Vị Lai

Những ngọn đồi Đơn Dương tháng Mười
Nắng lên rồi. Hoa quỳ sắp nở
Hồ Đa Nhim đầy tràn nỗi nhớ
Dran ơi tôi nhớ Dran!

Bốn mươi năm qua, hình ảnh xóm làng
Mờ trong khói xe lửa chắc đã tan, đã hết?
Những người tôi quen ngày xưa đã chết
Đơn Dương vẫn còn hoa quỳ dễ ghét, mà tôi thương...

Trước khi có tên Đơn Dương, người ta gọi đây là Cần Răng
Tên người Pháp đặt là Dran, ngộ thiệt!
Xa một chút là Cà Beu xanh biếc
Gần đó là Eo Gió quanh co.

Hơn bốn mươi năm xưa tôi dạy học trò
Sau bốn mươi năm hơn tôi là người lưu lạc
Tôi chưa trở về để nghe gió hát
Trên những đồi thông hoa quỳ nở vàng...

Tôi biết vầng trăng chưa tan
Dù hồ Đa Nhim mênh mang sóng gợn
Sóng rì rầm vang tới M' Loon
Chiếc xe ngựa chạy về hướng Filnom gió buốt...

Từ nay muôn năm tôi là người đi ngược
Đường về Quê Hương không có thước để đo
Tôi nhắc Đơn Dương trong mơ
Như nhớ về Đà Lạt, nơi tôi tôn thờ một người tôi yêu dấu...

Những con chim bị đuổi bay không chỗ nào để đậu
Thì chúng bay hoài tìm một bờ bến chiêm bao!
Đà Lạt, Dran, B'lao...
Nao nao chiều gió...

Mỗi Một Ngày Trôi Qua

Ngày mới. Ngày mới. Lại ngày mới! (*)
Người xưa. Người xưa. Vẫn người xưa!
Mỗi ngày... Tôi nhủ lòng tôi vậy
Em... Vẫn là người-trong-giấc-mơ!

Ngày mới. Người ta cầm được nắng
Người xưa. Dù chỉ một lần ôm...
Bao nhiêu ngày tháng trôi qua cửa
Tôi thấy người xưa: Một bóng sương!

Tôi ôm sương và sương hóa trăng
Trăng đầu tháng chỉ một lần ngang
Mai kia mốt nọ trăng tròn trịa
Thì chuyện đó là... chuyện vạn năm!

Bóng sương mờ mờ khi nắng lên
Mặt trời muôn thuở / một mình em
Nguyễn Du từng hỏi: "Xui chi vậy?" (**)
Nếu... có đáp, thì, một-mối-duyên!

Duyên lỡ làng duyên, ngày có thể
Một hôm không thấy nắng đằng Đông
Tây Thi ôm lụa ra sông giặt
Ai nói... Con sông lệ mấy dòng?

Người bỏ Quê Hương đi tứ xứ
Mơ màng Cố Quận chẳng hề Tân!
Cho nên... nhật nguyệt là chung thủy
Anh nhớ em hoài, em biết không?

(*) Nguyên văn... chữ Tàu: Nhật tân, nhật tân, hựu nhật tân.
(**) Thơ Nguyễn Du: Người đâu gặp gỡ làm chi, trăm năm biết có duyên gì hay chăng?

Trời Vào Thu

Trời vào Thu có khác,
buổi sáng thấy buồn buồn,
những con chim trong vườn
im lìm không tiếng hót,

chỉ nghe sương nhỏ giọt
lạnh lùng và lạnh lùng.
Tiếng chuông Chùa boong boong
nghe như trăng rớt rụng...

Nước êm không tiếng sóng,
dòng sóng lặng lẽ trôi...

Tôi gọi khẽ, em ơi,
anh nhớ em rồi đó.
Bây giờ em còn ngủ
hay thức dậy nhìn sương?

Trong cuộc sống tha hương,
đã mấy mùa Thu nhỉ?
Người đầu non cuối bể,
nhớ nhau, còn chút thơ...

Anh làm đã xong chưa
bài thơ cho em đọc?
Trang giấy đầy hàng dọc,
trang giấy đầy hàng ngang,
lát nữa con bướm vàng
có về trong thơ, đậu?
Những bài thơ em giấu,
tuổi hồn nhiên, còn đâu!
Ngang sông Hương mấy cầu
mà anh nhớ chỉ một,
buổi sáng em đi học,
buổi trưa em tan trường,
mỗi nhịp cầu - nhịp thương;
sáu vài cầu - vạn nhớ.
Ôi vườn cau Nam Phổ
ôi Huế của ngày xưa...

*Sáng nay sương mờ mờ,
em là mặt trời sáng,
bóng trăng đêm qua, tản,
tan kìa, sương tan tan...*

Tứ Tuyệt

Lâu lắm thử làm thơ Tứ Tuyệt
Tuyệt vời em đã chiếm hồn anh!
Thì thôi chữ nghĩa còn chi nữa?
Chút nắng vàng ơi vạt áo xanh...

Mới chớm Thu mà hoa nở nhiều
Này chùm hoa cúc của em yêu
Vàng hoa đắm đuối em vàng áo
Chút nắng vàng thơ, đó, bấy nhiêu!

Lâu lắm mình mong gặp mặt rồi
Anh làm sao có đủ em vui?
Em làm sao vẫn là duy nhất
Chút nắng vàng thêm thơm ngát môi!

Anh hỏi thật em thơ Tứ Tuyệt
Của anh như thế có nên khoe?
Hãy xòe tay nhỏ bàn tay nhỏ
Chút nắng vàng hãy cúi xuống che!

Xưa Lý Bạch làm thơ Thái Bình (*)
Cho Quý Phi mừng nhan sắc xinh
Lý Bạch đem mây vờn áo Hậu
Chút nắng vàng em riêng của anh!

(*) Thái Bình Thập Điệu là thi phẩm Lý Bạch làm riêng cho Dương Quý Phi.

Bao Giờ Tới Tháng Mười

"Bao giờ tới Tháng Mười?".
Đứa bé ngước hỏi Mẹ.
Mẹ hai mắt ứa lệ:
"Chắc vài hôm nữa con!".

Đưa bé ngó lên non,
đầu non sương trắng đục.
Tự nhiên đứa bé khóc:
"Sao Tháng Mười tới lâu?".

Tới "lâu" là không "mau"?
Lâu, mau, nào ai định!
Gió bắt đầu trở lạnh,
trời cuối năm đấy thôi!

Mẹ vuốt tóc con, cười:
"Con đã biết thời tiết,
Tháng Chín đang sắp hết,
Tháng Mười... chắc đang đi!"

Tháng Mười sẽ có chi
mà ai cũng nao nức?
Những sân phơi đầy thóc,
hạnh phúc sẽ đầy nhà?

Bao nhiêu năm trôi qua...
Tháng Mười như không có!
Tội nghiệp những đứa nhỏ,
mơ ước và ước mơ...

Tháng Mười là Tháng Thơ,
Bố về hôn trán Mẹ,
Bố về Bố bồng bế
những đứa con nhớ thương?

Đứa nhỏ ngó lên non,
đầu non sương trắng đục,
vầng trăng xanh còn thức,
khuyết dần, Tháng Chín ơi!

"Bao giờ tới Tháng Mười?".
Sống để mà hy vọng!
Sống bởi vì phải sống
nhìn thời gian trôi qua…

Cảo Thơm

Ngày bắt đầu mùa Thu,
Cali trời vẫn nóng.
Một nước Mỹ lớn, rộng,
mùa Thu còn lang thang...

Tôi ở Mỹ, phía Nam,
mùa Thu về phía Bắc.
Người tôi thương tím ngắt:
"Anh ơi cuối năm rồi!"

Tôi đáp lại mấy lời:
"Đây, mùa Thu chưa tới,
nếu em buồn vời vợi
về đây cho anh hôn!"

Tôi nói... chắc dễ thương?
Nụ hôn nào cũng ấm?
Nụ hôn nào cũng thắm...
như nụ hoa đang vàng?

Tôi nói trong mơ màng,
người yêu mà có thật,
ngày đầu Thu đẹp nhất,
em - đẹp nhất trần gian!

Tôi nói... khi tuổi tàn,
ngày đầu Thu không có.
Quê Hương, niềm thương nhớ...
bốn mươi năm bão bùng!

Ôi mặt trăng rất hồng,
ôi mặt trời rất đỏ,
ôi những con đường gió
em đi, về, tóc bay...

Và... mùa Thu lá bay
và mùa Thu lá bay
và mùa Thu lá bay...
ôi mùa Thu lá bay!

Truyện Quỳnh Dao trước mặt,
ngày xưa đọc, tôi khóc,
mùa Thu... tôi trên rừng,
lá vàng bay rưng rưng...

Nhớ em, vô cùng nhớ.
Hai cây đào hoa nở
vào mùa Xuân, còn lâu...
Bây giờ là mùa Thu!

Hôm Qua Mưa Hôm Nay Nắng

Hôm qua mưa, mưa không bao nhiêu.
Trời có mưa, mưa nước không nhiều,
những con sông Cali còn cạn,
những con đường vắng bóng tình yêu...

Hôm qua mưa, mưa chưa thỏa lòng.
Những chiếc xe bus chờ đón khách không đông,
những chiếc ô mở ra khép lại,
đường Thu vàng lá bay rưng rưng...

Hôm nay nắng, nắng như mùa Hạ.
Trời lại xanh, tất cả nồng nàn
từ ánh mắt của người đi bộ,
từ màu hoa thấy ở nghĩa trang...

... Và cuộc sống bình thường xuôi ngược,
bầy bồ câu hạ cánh kiếm ăn,
tiếng chuông giáo đường ngân lên rụng xuống,
tiếng chuông chùa mãi mãi, boong boong...

Đời sống đó, làm sao xa chớ?
Mưa hôm qua một thoáng mơ hồ...
Mưa hôm qua dẫu là phơn phớt
cũng ít nhiều làm mùi cỏ thơm tho!

*Nghĩ tới em, thèm môi miếng cắn,
trả nợ đời lạc cõi nhân gian...
Nghe mùi cỏ, mùi hoa, mùi lá,
nhớ làm sao mùi ngõ tre làng...*

Cơn Mưa Bất Chợt Qua Thành Phố

Cơn mưa bất chợt qua thành phố,
bất chợt rơi vào mắt tiểu thư
- đôi mắt dễ thương như mắt thỏ,
bất chợt ta nhìn, ta ngẩn ngơ...

Đêm qua bất chợt trăng tà sớm,
buổi sáng sương mù mây cũng mù,
không nghĩ sắp mưa, mưa bất chợt,
mưa rồi, bất chợt đã sang Thu!

Em đi, bất chợt ta nhìn thấy,
bất chợt mong mình hóa cánh ô
- ờ nhỉ được đưa em một đoạn,
đường nào rồi cũng một đường thơ!

Em, đôi mắt thỏ, đôi tròng nguyệt,
sáng mãi hồn ta những bất ngờ,
như bất chợt mưa, mưa khóe mắt
cũng đầy một biển, biển trăng mơ...

Em ơi trăng cũ bây giờ hiện,
em hiện bây giờ một thoáng thôi
mà biết bao năm ta ước nguyện
gặp ai cho thỏa mối duyên trời...

Em áo đỏ và buổi sáng xanh.
Mưa hồng, mưa tím giọt nào nhanh,
giọt nào rất chậm chườm chân ngọc,
đôi gót chân ngà hoa ướp quanh...

Ta tương tư cùng mưa tương tư,
ta nâng niu tình em tiểu thư...
biết là bất chợt mưa qua phố,
một nét thu dung mãi mãi chờ...

Vĩnh Biệt Nguyễn Xuân Hoàng

Thêm một người rời Nhà Dưỡng Lão
Tay không còn vin nữa chiếc xe lăn
Không còn cần ai dìu đi từng bước chân
Con Hạc Vàng cõng người về chắc đã tới Trời Đâu Suất?

Tin Nguyễn Xuân Hoàng mất
Không gây ngạc nhiên mà sự thật là buồn
Mấy năm nay anh là thân chủ của Nhà Thương
Mấy năm nay anh nằm trên giường ngó mặt trời bên ngoài cửa sổ...

Và... vầng trăng khuyết, tròn, cũng làm anh nhớ
Anh nhìn trăng đầy vừa mới đó Trung Thu!
Anh đớn đau mấy cũng tươi cười
Khi bè bạn đến thăm đến hỏi...

Và... từ nay anh không còn nói
Thêm một lời từ tạ với ai...
Những người học trò luôn luôn nhớ Thầy
Người bạn trăm năm của đời anh đưa tay lau nước mắt...

Nhà Dưỡng Lão Mission De La Casa buổi trưa lất phất
Lá vàng bay Vĩnh Biệt Nguyễn Xuân Hoàng!
Hai hàng ghế ở nhà họa sĩ Nguyễn Đình Thuần (*)
Chúa Nhật này một cái để trống...

"Nhà văn Nguyễn Xuân Hoàng từng ngồi đây khi anh
còn sống
Nhà văn Nguyễn Xuân Hoàng vẫn ngồi đây khi anh
không còn
Chúng ta còn nỗi buồn
Nỗi nhớ nỗi thương anh vô cùng vô tận!"

*Bốn câu này kết thúc một bài Điếu Văn làm đen lòng
tờ giấy trắng
Trời xanh bao la mở cửa cho chim Hạc Vàng bay
Nguyễn Xuân Hoàng đã thật sự thành Người-Đi-Trên-
Mây
Nhưng... Bụi Và Rác... (**) anh dọn cho đời chưa sạch!*

(*) Nguyễn Xuân Hoàng từ San Jose về Orange County, thường ghé nhà họa sĩ Nguyễn Đình Thuần ở Santa Ana để gặp nhiều bạn bè.
(**) Nhan đề 2 trong số nhiều tác phẩm của Nguyễn Xuân Hoàng.

Trước Ngưỡng Cửa Trung Thu

Đêm nay hai mươi tám tháng Bảy
Vậy là sắp Rằm Trung Thu
Hơn hai tuần lễ nữa
Mình trở về với tuổi thơ...

Tôi nói với ai chưa
Về những điều mới nói?
Hình như tôi đang mơ
Nghe thời gian lên tiếng gọi.

Thời gian thì đi tới
Sao tôi lại trở về
Tôi về lầm lũi
Tôi về giữa đường tre?

Đêm nay tôi ngồi tới khuya
Trăng hạ huyền chưa mọc
Tôi nhớ sao mái tóc
Người ta như mây trôi...

Những đám mây trên trời
Trôi trên ánh đèn điện
Những vì sao lúng liếng
Lóng lánh và long lanh...

Tôi sẽ thấy lại mình
Hơn hai tuần lễ nữa
Nhưng ai cấm tôi nhớ
Từng ngày nhắc tới em?

Nhiều người không muốn nhìn
Lại thời mình thơ ấu
Tôi kiếp đời ở đậu
Nhớ ơi thời Cố Hương!

*Những lồng đèn soi đường
Ánh trăng soi thêm tỏ
Đường tre thơm lừng gió
Tóc ai thơm lừng trăng...*

May Mà
Em Còn Nhớ Một Vầng Trăng

Không ai về thăm Quê Hương mà lòng không vui!
Anh hỏi thăm em nghe tiếng em cười
Không chỉ em mà còn của bà con cô bác
Tưởng tượng căn nhà giòn giã mùa Xuân!

Người đi xa đem về nụ hôn
Nở bùng lên thành nhang thành khói
Không ai sống đến muôn năm để chờ để đợi
Mẹ Cha trong bức hình còn mãi mãi dễ thương!

Anh hỏi thăm em, em nói cũng có buồn
(Đời dâu biển, sao không buồn cho được?)
Em thí dụ: Ngoại không còn ngồi hiên trước
Gió chải tàu cau, em nhớ Ngoại quá chừng!

Gió chải tàu cau... anh nghe em nói mà rưng rưng
Em nhắc Ngoại khiến lòng anh thắt lại
Ờ nhỉ nếu Ngoại còn thì vườn cau em ra hái
Trái nào ngon về khoe Ngoại phải không?

Anh hỏi thăm em về con sông
Về những con đò ngang đò dọc
Anh xin lỗi em đã làm cho em khóc
Em nghĩ anh buồn chuyện em đi lấy chồng xa...

Anh hỏi thăm em chuyện nước chuyện nhà
Em đáp lảng là em không để ý
Em chỉ nói trăng đây như trăng Mỹ
Em đang ôm trăng em thủ thỉ với trăng!

Không khéo mà anh sẽ còn hỏi lung tung
Rồi trăng rụng... làm sao em hốt?
Mười bảy tuổi em bỏ anh đột ngột
May mà em còn nhớ một vầng trăng!

Vũ Trụ Vô Môn Quan

Khi mặt trời lặn, khuất, thì vầng trăng hiện ra: ánh sáng không hề tắt... cõi đời còn, của ta!

Nói như là Từ Hải, trên đầu không có ai! Thế mà khi đứng lại... chỉ nghe tiếng thở dài!

Mặt trời sáng trưng, thật. Nhưng mây che, thì sao? Và vầng trăng trên cao, ai nhận chìm dưới nước?

Mỗi lần mặt em ngước, anh muốn hôn quá chừng! Lạ nhỉ hai người dưng chỉ một lòng nhật nguyệt!

Đôi mắt em xanh biếc, mặt trời hay mặt trăng? Anh hỏi như hỏi thăm để nhìn em cho rõ...

Anh cầm tay ngọn gió tưởng cầm sợi tóc em. Nếu trời không gió lên, tóc em mềm óng ả...

Em ơi nhìn kìa, lá - lá mùa Thu sắp vàng rồi sẽ bay lang thang, mình đi đâu cho khắp?

Chiếc lá rơi sẽ tắp vào bờ giậu hoàng hôn. Chúng mình xa Quê Hương tắp vào đâu bờ bến?

Thôi thì mặt trời biến, thôi thì bóng trăng mờ, anh trải giấy đề thơ một chữ Tình, em nhé!

Em, nói đi, thỏ thẻ, chuyện mặt trời mặt trăng, chuyện biển và núi sông, chuyện mình cùng ước nguyện!

Hẹn: Đi là có Đến - đến bên bờ vai nhau. Ngàn trước và ngàn sau, ai lau dòng nước mắt?

Thả Một Câu Thơ
Cho Mùa Thu Này

Vàng bay mấy lá. Đã vào Thu.
Bông giấy nhà bên đã lợt màu.
Cỏ lợt màu sương, đường vẫn mở,
người đi vẫn hỏi mình đi đâu?

Cỏ lợt màu sương - thơ Nguyễn Du (*).
Màu sương, cái bóng của sương mù?
Bóng trăng tháng Tám còn đêm tỏ,
sau Rằm Trung Thu... thì trăng lu?

Sau đảo hoang này còn đảo khác?
Đi mòn chân cũng khắp năm Châu!
Người tàn binh hiểu mình như lá
xanh biếc tóc người chẳng mấy lâu!

Hắn viết bài thơ từ tạ tình.
Hắn nhìn bông giấy, hắn làm thinh.
Nghĩ xưa, Khổng Tử còn im lặng
- "dư dục vô ngôn" (**), mộng chẳng thành!

Trái đất cứ xoay. Đời cứ chuyển.
Bốn mùa rồi chỉ một mùa thôi!
Mùa tay không nắm bàn tay nữa,
đời mỏi mòn xuôi nước chảy xuôi!

Tổng Thống nói: "Tôi về lại Lính".
Tổng Thống đi rồi. Đã chết, thiêu.
Té ra Non Nước là như vậy?
Mấy lá vàng bay, ngày đã chiều!

Vàng bay mấy lá, lá vàng bay...
Ông Tản Đà xưa cũng ngó ngày
rồi thả câu thơ vào vũng mắt,
vào lòng, đẫm lệ, thảm thương thay!

(*) Thơ Nguyễn Du: Lối mòn cỏ lợt màu sương, lòng quê đi một bước đường một đau!
(**) Câu nói cuối đời của Khổng Tử: "Dư dục vô ngôn" – Ta không muốn nói nữa!

Định Nghĩa Một Giai Nhân

Em là người Phúc Hậu
Em có một không hai!
Em không thể ngoài ai
Ngồi ở ngôi Hoàng Hậu!

Anh làm thơ, phấn đấu
Đi tìm một Bà Hoàng
Trong bầu trời mênh mang
Em: Trăng Vàng Duy Nhất!

Nếu con ong làm mật
Cho đời nó no nê
Anh làm thơ đem về
Cho em một kho báu!

Có thể là chiếc áo
Dệt bằng những tơ mây
Bằng Nam Bắc Đông Tây
Một mình em phương hướng!

Em là niềm tín ngưỡng
Anh dựng bệ tôn thờ
Dẫu biết đó là mơ
Là bài thơ Tứ Tuyệt!

Đời không chỉ một kiếp
Mà muôn kiếp luân hồi
Trăng, một vầng trăng thôi
Là em muôn đời, đó!

Anh nói chuyện với gió
Em có biết gì không?
Gió nói em hoa hồng
Nở cho đời tươi thắm!

Em là hạt muối mặn
Cho thơ anh đậm đà
Cảm ơn em mượt mà
Còn chữ nào hơn nữa!

Anh nói chuyện với gió
Gió nói em tuyệt vời
Mặt trăng và mặt trời
Tạo em Khuôn Phúc Hậu!

Anh Cầm Gương Cho Em Soi Em

Cây lúa non con cây lúa mẹ
Chuyện bình thường trong cõi nhân gian.
Có con nào không con của Mẹ?
Chỉ gió trời là thổi vô duyên!

Tôi nói gió. Chiều nay bỗng gió
Gió không hình không bóng, ngộ ghê!
Trời không gió thì người ta nhớ
Mà nhớ gì? Biết nhớ gì đây?

Cây lúa non con cây lúa mẹ
Con nương nhờ bên Mẹ, bao lâu?
Những đứa con vượt rừng vượt bể
Quay đầu nhìn: đất nước bể dâu!

Gió là gì? Là cành cây động?
Gió là gì? Là sóng gợn chăng?
Nhờ có hỏi mà người ta sống
Sống mơ màng từng đêm ngắm trăng!

Trăng hiện lên rồi trăng lặn khuất
Có ai làm thơ tương tư trăng?
Sao Lý Bạch ôm trăng mà chết?
Trăng vẫn kia kìa trôi trên sông!

Có khi trăng nằm trên nhánh liễu
Có khi trăng như mặt tấm gương
Gương có mặt, có lòng... có lược
Em chải đầu cho anh chút sương...

Ngoài cửa sổ mù sương phơn phớt
Gió bay sương và tôi bay theo
Có con vạc bay về đỉnh núi
Trăng bỗng mờ, con mắt em nheo?

Hết đề tài, làm thơ cây lúa
Bao giờ tôi về lại đồng xưa?
Người ta xây nhà to trăm cửa
Gió đã về thay tôi. Ngẩn ngơ!

Em có biết anh buồn đến nỗi
Nhớ em xưa chải tóc bên thềm
Nếu thanh bình mình vui biết mấy
Anh cầm gương cho em soi em!

Tứ Tuyệt

Em nghiêng nón lá trên đồng mạ
Màu mạ xanh vờn vạt áo hoa
Em nói gì em, cây lúa nhỏ
Một thời xưa quá... đã xưa xa?

Em nâng nón lá che ngày nắng
Che được em không một chút buồn?
Hết chiến tranh mà... còn mất tích
Ngựa hồng cũng biệt cuối trời sương!

Em ôm nón lá cài quai lại
Tơ lụa vẫn mềm năm ngón tay
Nước mắt vẫn còn ôi nước mắt
Hay là chiều nhỉ? Cơn mưa bay?

Em cầm nón lá đi vào cổng
Chào Mạ chào Ba chào trống không
Con chó vẫy đuôi chào chủ nó
Tiếng đò máy nổ ở bên sông...

Ba chấm lửng lơ, ba chấm lửng
Bài thơ tứ tuyệt... tuyệt mù tăm
Việt Nam nón lá treo trên vách
Tấm bản đồ không thấy Việt Nam!

*Em soi gương nhìn em mùa Thu
Đèn em không bật dung nhan mờ
Anh vẫn thấy mà nhan sắc cũ
Ngàn bài thơ đã vạn bài thơ!*

Sang Mùa

Bỗng dưng nghe gió lạnh về
Mới trưa nắng chát, chiều tê tái buồn

Không mưa, trời chỉ mù sương
Sắc mây nhàn nhạt, sầu thương tím lòng!
Em nơi nào có biết không
Là trời đất chuyển theo vòng nhân luân?
Em nơi nào chắc vô thường
Chiều nghe Kinh Kệ, đêm chuông ngậm ngùi...
Thu rồi... chắc chẳng chi vui
Vàng rơi mấy lá, chim đồi núi kêu
Sáng hay trưa sẽ như chiều
Đậm thêm màu của khăn điều nay mai...

Hương Giang một dải sông dài
Nhớ trong trí tưởng, thương ngoài mông lung
Em áo đỏ, em áo hồng
Quai tơ nón lá có chùng lắm chưa?

Gió qua con mắt anh mờ
Nhắm luôn thì sợ em chờ ngõ hoa...

Tôi Nhớ
Người Ta Mặc Áo Vàng

Bên nhà tôi có giàn bông giấy
Hoa nở và tàn bay đỏ sân
Cô láng giềng đâu không thấy nữa
Chắc đi xa ngắm lá Thu vàng?

Từ khi hai chữ Thu Vàng hiện
Tôi nhớ người ta mặc áo vàng
Một thuở nào xưa, xưa lắm Huế
Mũ Hoàng Hậu đội nắng sông Hương…

Nàng ấp e đi xuống bến đò
 Con đò chở hết của tôi thơ
Con đa đa lượn ngang dòng nước
Con gió buồn hiu, gió phất phơ…

Gió phất phơ cờ bay núi khói
Những đồi sương tôi đi hành quân
Chừ tôi ở Mỹ, giàn bông giấy
Ai cũng xa, còn… những hoàng hôn!

Ngó giàn bông giấy, mờ con mắt
Cali Hạ hồng không có Thu
Không có sông Hương vì nước cạn
Không chùa Thiên Mụ tiếng chuông đưa...

Tôi nhớ người xưa, nhớ quá chừng
Chừ thêm nhớ nữa, một người dưng
Trời sinh con gái làm chi nhỉ
Để có chàng trai nhớ nát lòng!

*

Chiều bay gió nhớ... rồi hoa nhớ
Đà Lạt hoa đào cũng đỏ sân
Tôi muốn trở về thăm cố quận
Chừng mô đây có một ngày Xuân?

Happy Weekend

Nếu mình không đi thì chẳng đến nơi mình muốn đến, phải không em? Cuối tuần, em cứ đi và đến... cái chỗ mà em để gót sen!

Một bước em đi một chút buồn, dấu hài còn đó lợt màu sương. Nguyễn Du từng khổ khi thương nhớ, anh giống người xưa... cũng nhớ thương! (*)

Khổ... có những người đi cuốc đất. Có người ngậm ngải đi tìm trầm. Có người cải tạo nghe chim hót... Cũng có người không muốn hé răng!

Khổng Tử vô ngôn, Phật vô ngôn. Chúa dang tay đứng máu tuôn tuôn. Ba ngàn biển chẳng cần dông bão, một giọt lệ là cả đại dương...

Em cứ đi và em cứ vui. Nhớ em anh sẽ ngó
chân trời. Chân trời mây trắng hay mây tím...
thì cũng mơ hồ ai đó thôi!

Trên cánh đồng xanh, cò trắng bay. Bên rừng
sau cháy, một con nai... Cái bơ vơ bỗng liền
đôi cánh, chỉ có bâng quơ tiếng thở dài!

Anh chúc em rồi, anh đã chúc, em vui và đến
chỗ em mong...

(*) Thơ Nguyễn Du:
Lối mòn cỏ lợt màu sương
Lòng quê đi một bước đường một đau!

Trên Cánh Đồng Xanh

Trên cánh đồng xanh,
những con cò trắng,
dang cánh chở nắng
bay về chân mây...

Những con cò này
chở trăng hồi tối,
bây giờ nắng chói
nên bay nên bay?

Tôi vẫy bàn tay
chào bầy cò trắng,
có chi nắng nặng,
nhớ trăng hồi khuya?

Trăng chỉ trở về
khi trời hết nắng,
khi đêm thầm lặng
để tôi thầm thì:

Cảm ơn người về
đem trái me dốt,
đem chén muối ớt
ủ lòng nồng nàn...

Người ơi Thu sang
trời đã lành lạnh,
chắc trăng đi lánh
trong mây trong sương?

Tôi về sông Tương
neo thuyền cổ độ
làm người quá cố
nương cánh cò bay...

Đi Đông đi Tây,
ngồi đây lau mắt,
một thời Đà Lạt,
một thời Huế ơi!

Trên cánh đồng vui
còn bầy cò trắng,
trong lòng tôi nặng
tình ai muôn cân...

Em thành cố nhân,
tôi về cổ độ,
thương em và nhớ
mái tóc thề xưa...

Tùy Bút Nắng Mưa

Thường thì mưa cảnh vật mới thấy buồn, nhưng nắng mãi cây gục đầu trông quá thảm!

Tiểu bang California, tiểu bang Vàng, Golden State, bầu trời có màu xám, nắng mùa Hè làm nám mặt người ta!

Người Mỹ trắng, người Mỹ Đen, người Nhật Bản, người Trung Hoa… đi dưới nắng… ai cũng là người Mỹ!

Nắng đến nỗi ai ai cũng tiều tụy. Trạm xe bus nào cũng thấy đông… đen!

Người ta xếp hàng lên xe bus không lấn không chen dù ai cũng biết mình rất thèm hơi mát…

Đi xe bus tôi muốn mình đi lạc, cuối cùng đường xe lại trở về thôi...

Thì ít ra... mình cũng có cuộc đổi đời, không muốn thấy nữa những giọt mồ hôi bốc khói!

Nhưng không phải ngày nào tôi cũng đợi, xe bus dừng mình lên đó đi chơi...

Tôi hay nghĩ xa xôi... mà không có đám mây nào trôi gần con mắt!

Những đám mây, những bóng mây, Tổ Quốc, đều mất tiêu trong mắt kẻ tha hương!

Những người Việt Nam bỏ nước đi là những kẻ lạc đường. Chiêm nghiệm để... yêu Lạc Long Quân chi lạ!

Một người Cha dẫn bầy con đi quá / ngạch cửa nhà bỏ lại Mẹ bơ vơ!

Tôi chưa đọc được bài thơ nào nói về Mẹ Âu Cơ, rằm tháng Bảy cũng không ai nhắc đến bà Mẹ chăm sóc năm mươi đứa con trên rừng trong rú...

Người ta ca tụng một người Cha hủ lậu và ngàn ngàn năm dòng Bách Việt cứ phân ly!

Tôi ước chi có một cơn mưa, mưa tí tách, mưa thầm thì, để tôi nghe được tiếng lòng tôi tức tưởi!

Chiều Mùa Hè
Em Đi Làm Về Sớm

Những cây phong đứng, lặng, thật buồn,
chưa mùa Thu lá đã phong sương,
vàng chưa đủ để phô bày nét đẹp...
Nhưng càng buồn càng thấy dễ thương!

Em cũng vậy, chiều nay về sớm.
Nóng quá mà, có phải không em?
Nhìn đôi má của em bắt thèm muốn cắn.
Những giọt mồ hôi lấm tấm chẳng là mưa!

Anh lấy khăn điều vắt vai lau khô,
cho em nhé hai má hồng phúng phính,
giận anh đi cho phúng phính nhiều hơn!
Giận anh đi chớ đừng lườm con mắt!

Vai anh này, tới đây úp mặt.
Ngực anh này, dụi cho hết mồ hôi.
Em của anh à, em của anh ơi,
anh mô tả hàng phong cho chúng mình giống
như con nít!

Nếu mà chiều nay em về tối mịt,
hàng phong kia cũng tối mịt chờ em.
Sáng hôm sau nhặt chiếc lá trên thềm,
anh sẽ nói anh nhặt em từ tiền kiếp!

Không biết mai mốt đây trời mưa có kịp
cho hàng phong tươi lại không Trời?
Hãy ngước lên nhìn anh đi và hãy hé vành môi,
anh sẽ làm như nắng hồi xế trưa hôn hàng
phong trước ngõ...

Hãy nép vào anh để anh nghe em thở.
Hãy nép vào anh cho gió lộng bầu tim!

Hai Người Già
Bên Hai Cốc Cà Phê

Hai người già ngồi ở quán cà phê
Họ kể cho nhau nghe về một chuyến trở về
Họ đều là những người bại trận
Họ đều có những năm tù tàn binh lê thê…

Họ nói họ giống như vua Lê Chiêu Thống
Qua Tàu rồi cũng trở về thôi
Mỗi sáng sáng đi hầu Tôn Sĩ Nghị
Từ một ông Vua trở thành thằng Bầy Tôi!

Họ, một người miền Nam, người miền Trung
Sáng sáng lên đồn cho Công An điểm diện
Nói những điều lòng đau tê điếng:
"Nước Việt mình chừ đẹp nhất thế gian!"

Nửa nước Việt dưới đường chia cắt
Năm bảy lăm chừ bốn mươi năm
Núi liền non gọi là thống nhất
Bên những nhà lầu cao còn những cảnh lầm than…

Đảng Cộng Sản mới sáu mươi năm chưa tròn nhiệm vụ

Kéo dài thêm ngàn năm nữa chẳng sao!
Những nhà lầu ngày mỗi ngày một cao
Dân "nhược tiểu" Đảng không hề "nhược tiểu"

Hai người già nhờ nhiều năm Cải Tạo nên bây giờ thấu hiểu
Lẽ sống còn của một nước... vô duyên
Tàu đặt tên là nước Việt Nam thì người Việt Nam phải vượt biên
Và ở đâu cũng hô: Việt Nam Vạn Tuế!

Hai người già bóp hai cốc giấy đến bể
Nếu cốc bằng thủy tinh chắc đã cứa nát lòng
Chúa đã ghi trong Kinh Thánh mấy dòng:
"Đừng nghe những gì quân dữ nói, đừng tin những gì quân dữ hứa, hãy nhìn kỹ những gì quân dữ làm!"
Tổng Thống Thiệu chạy te tua đến chết!

Hai người già, một ông than "mệt"
Còn ông kia thì đứng dậy thở dài
Nhớ cái thời đi lính "Một! Hai!"
Kéo cái mũ lưỡi trai che đầu tóc bạc...

Chút Chuyện Miên Man

Tôi hỏi con két mồ côi:
Tại sao em buồn buồn?
Con két không nói gì,
nó kề mỏ cho tôi hôn.
Ôi em dễ thương ôi em dễ thương,
tôi tập cho nó nói những câu dễ nói...
để buồn buồn có khi nào tôi gọi,
nó sẽ đến bên tôi như một người yêu.

Con két dễ thương,
nó rất được nuông chiều.
Tôi đút ổi cho nó ăn như dỗ dành một đứa bé.
Tôi nói với nó bằng những lời nhỏ nhẹ,
nó cứ gục đầu và dụi mỏ vào tôi...
Tôi đặt tên cho nó là
Con-Két-Mồ-Côi,
bạn tôi cười:
bộ nó lạc loài sao?
Tôi không biết trả lời sao,
không biết đáp thế nào.
Tôi thấy nó lẻ loi
và tôi nuôi nó từ nhỏ...
Tôi đặt tên cho nó
như đặt tên cho con mèo con chó.
Con gì trên đời này
mà chẳng có tên?
Chúng ta là "con người",
chúng ta có cái duyên,
có rất nhiều cái tên
cho chúng ta chọn lựa!

Con két của tôi lông màu xanh của cỏ,
mỏ màu đen như nhịp cầu Trường Tiền,
nếu nó là con người chắc nó đẹp như Tiên?
Hai cái chân đỏ như màu gót chân con gái...
Tôi nhớ lắm ai hồi năm mười bảy
bỏ tôi đi cho tôi hai chữ cô đơn.
Từ rất lâu quả thật tôi buồn,
nhớ cây cầu bắc qua sông Hương xanh biếc...
mà chiếc đò ngang lại đưa ai đi biền biệt.
Con sáo qua sông con sáo không về,
người qua sông có khác gì con sáo đã bay đi?

Con két tôi đang nuôi là con két lẻ,
nó lẻ bầy và lạc trên trần thế.
Tôi không cắt lông cánh nó đâu,
để lớn nó bay,
nó bay tới biển Đông
tôi tìm nó ở biển Tây;
nó ăn ở biển Nam
tôi đi tìm nó ở biển Bắc...
Tôi nhớ người ta, tôi đi tìm hoài không gặp,
thì bài thơ này như chút chuyện miên man!
Chuyện con két
và tôi rồi cũng hết một ngày tàn.
Hai chữ Thời Gian kéo dài thêm sợ...

Tôi đã mất Quê Hương
nên tôi không còn nợ.
Tôi có con két rồi...
tôi chỉ nợ tình em!
Tôi đặt cho con két
cái tên tôi muốn được quên
là tôi đã có đôi có bạn.
Tôi hôn con két dễ thương
như hôn vầng trăng sáng,
dù, thưa em: đêm Mồng Bảy, đêm nay!
Vầng trăng đang bơi trong mây,
vầng trăng một nửa.
Gió trăng thì sẵn đó,
giết được người trong mộng, dễ không?

Chưa Gặp Em Mà Trong Chiêm Bao

Chưa gặp em tôi đã nghĩ rằng (*)
trước sau gì cũng có lần thăm để nhìn tận
mặt người thương nhớ để quý yêu hoài một
cố nhân!

Chưa gặp em mà trong chiêm bao thấy mùa
Xuân nở đỏ hoa đào thấy ai bước nhẹ trên
hoa rụng ngước mặt nhìn hoa má đỏ au!

Chưa gặp em trong mỗi tiếng lòng tưởng là
mưa khẽ đập bên song có người con gái bên
song cửa có một lần mong bóng ngựa hồng...

Chưa gặp em chưa gặp nhớ hoài như vườn
hoa nhớ bướm bay bay đóa hoa vàng nở chờ
ai đến nhẹ hái một cành trao tận tay...

Chưa gặp em chưa gặp cũng buồn tàn binh
và cuối kiếp tha hương oán thù trút bỏ
theo gươm súng còn lại trong lòng mỗi nhớ
thương!

Mỗi nhớ thương là một ngậm ngùi chưa hề
nghĩ tới lúc quân lui biết rằng đi tới lên rừng
núi cầm bóng trăng và biết hổ ngươi!

Cầm bóng trăng cầm nhỉ tay nàng chỉ cho em
thấy bến đò ngang xưa em từng đã choàng
khăn tím từ đó em thành một cố nhân!

(*) Thơ Đinh Hùng:
Chưa gặp em tôi đã nghĩ rằng
Có nàng thiếu nữ đẹp như trăng...

Trái Tim Người Vĩnh Viễn Là Trăng

Trăng chỉ một!
Một vầng trăng Duy Nhất
Mà đường xa, muôn dặm đường xa
Cứ tưởng trăng chia hai, chia ba
Trăng in gối chiếc, trăng qua muôn trùng!

Trăng đêm nào cũng mọc phương Đông
Và lặn ở phương Đoài thăm thẳm
Người nhớ người, nhìn trăng nhớ lắm
Người thương người muốn cắn trăng thôi!

Thúy Kiều - Thúc Sinh vầng trăng chia đôi
Trang tình sử đời sau viết tiếp
Có nhiều đêm trăng hiện về không kịp
Người ta nghe tiếng mưa tỉ tê...

Buồn là lúc phân ly
Vui là khi tái ngộ!
Hãy ôm chặt nha, một vầng trăng nhớ
Hãy nói với nhau: Mình còn nợ muôn đời!

Bóng ngựa phi qua đồi
Tiếng kêu còn rớt lại
Giống như màu trăng trên môi tê tái
Sẽ là nụ cười mình giữ cho nhau!

Có khi mừng vui nước mắt cũng trào
Phi trường Tân Sơn Nhứt ướt vì trăng đó!
Tiếc Mẹ Cha đã nằm dưới mộ
Lòng đậm thêm chữ Nhớ chữ Thương!

*

Người đi tu dứt khoát Vui Buồn
Mình không đi tu nên mình còn nước mắt
Nước Cam Lồ từ bàn tay của Phật
Cũng chỉ là Nước-Mắt-Của-Tình-Yêu!

Anh nhớ em, anh đợi trăng chiều
Anh yêu em, anh cài trăng buổi sáng
Người ta có thể đập nát từng hòn đá tảng
Nhưng trái tim người vĩnh viễn là trăng!

Chiều Buồn Buồn

Chiều
Buồn buồn, tôi đi ra phố
Phố không vui
Tôi lại về nhà.

Bạn bè tôi
Ai cũng ở xa
Phố đã quen
Mà gần không thân thiết.

Tôi về nhà
Chờ những con chim két
Chúng đậu trên dây thép
Kể cho tôi nghe chuyện-của-một-ngày.

Mươi, mười lăm phút
Chúng bay
Dây thép còn rung rinh
trong gió.

Chiều
Buồn buồn làm thơ cho có
Có một bài thơ
Tôi ngó cũng vui...

Những cành hoa
Chiều nở muộn nụ cười
Đó, một ý thơ
Tôi gửi cho người xa lắm.

Có thể ai
Đưa bàn tay ra nắm
Có thể ai nhắm mắt,
ngủ rồi.

Câu thơ cuối bài
Tôi có chữ thôi
Thôi, thời thế
Thế thời phải thế! (*)

Em không còn
Yêu thơ Trần Vấn Lệ
Thì thôi em nhắm mắt
Anh hôn!

(*) Đặng Trần Thường, theo Nguyễn Phúc Ánh, thắng, bắt được Ngô Thời Nhiệm, người từng theo Nguyễn Huệ, từng bắt mình hồi nào, đưa ra câu đối buộc kẻ thua trận đối lại: "Ai công hầu? Ai khanh tướng? Trong trần ai, ai há biết ai?". Đặng Trần Thường rung đùi, sau đó nghe Ngô Thời Nhiệm đọc câu đối lại: "Thế chiến quốc, thế xuân thu, gặp thời thế, thế thời phải thế!"

Trần Vấn Lệ

Dinh 2 Đà Lạt

Tôi nhớ Dinh 2 Đà Lạt
Bây giờ không biết ra sao?
Tôi nhớ bầy chim chào mào
Chúng hay về đây làm tổ...

Những con chim bé nhỏ
Vậy mà nhớ bằng cái Dinh
Cũng bằng anh-rất-nhớ-mình
Nhớ hoài... làm thơ dễ ghét!

Bao giờ tôi về Đà Lạt?
Bao giờ sẽ dạo quanh Dinh?
Nhớ ai, nhớ bóng, nhớ hình
Nhớ con đường sau Dinh lắm...

Hình như hôm đó trời nắng
Nên rừng xanh thật là xanh
Nên mắt của ai long lanh
Như cả bầu trời đầy nắng!

Hình như hôm đó lẳng lặng
Giọt mưa tí tách tung tăng
Cái dù che tóc giai nhân
Nhìn sau lưng mà nhớ quá...

Bốn mươi lăm năm rồi hả?
Bốn mươi lăm năm rồi sao?
Ôi nhớ nhớ lắm hoa đào
Má đào của ai cũng vậy...

Thời gian là dòng nước chảy
Nhớ ơi Đà Lạt cái Dinh
Số 2 đã đẹp giật mình
Số 1, ai là Thượng Đế...

Bao giờ tóc em, anh rẽ?
Bao giờ về nhỉ Quê Hương?
Bao giờ em anh hết thương?
Bao giờ văn chương hết đẹp?

Đường Trần Hưng Đạo dấu dép
Ai đi con ngõ còn in
Bầy chim chào mào làm thinh
Bởi vì hoa trên dấu nhớ...

Cõi Người Ta Một Sớm Mai

Hôm nay Ngày Mở Cửa... sau hai tháng-nghỉ-chơi... không phải là ngày vui! Không là ngày Nguyên Đán!

Lòng người ai cũng nản, không nét mặt hân hoan, cũng bởi cái khẩu trang vẫn còn che nửa mặt!

Tưởng là mới sau Tết, rồi nghĩ Tết chưa đâu! Hình như chim bồ câu bay hết rồi, biệt xứ...

Những con người thành phố bỏ cái tục bắt tay. Ai đó mà gặp ai chỉ cúi đầu chiếu lệ...

"Chưa bao giờ buồn thế trời mùa Đông Paris...". Thật không biết nói chi, nhắc thơ Cung Trầm Tưởng!

Tôi làm thơ vay mượn, như thế này là buồn!
Mà biết sao cho suôn khi ngày trong như đục?

Hình như Nguyễn Du khóc?
"Bao giờ gạn đục khơi trong, chỉ xin quân tử hiểu lòng người ta!".

Ôi là xưa là xa! Ôi những ngày thân ái! Thôi, nói đi nói lại... như Vũ Hoàng Chương, ngậm ngùi:

"Gặp gỡ như là chuyện Liêu Trai, ra đi không hẹn lấy ngày mai! Đêm nay lửa tắt bình khô rượu, đời vắng em rồi, say với ai?".

Bia, trước mặt: bia chai. Bia, trên kệ, bia hộp.
Ngày từng ngày bạn bớt! Lính trẻ đều đã già!
Khui một chai bia ra, bóp méo xẹo cái nắp.
Buồn nghe lạnh con mắt, tri âm ơi tri âm!

Hôm nay, ngày đầu năm? Hôm nay, ngày tháng Chạp? Hôm nay, con chó ngáp qua cánh đồng nhân gian?

Păng! Păng! Păng! Păng! Bùm...

Dòng Sông Trôi Thê Lương

Tôi tỉa cây hàng xóm, nó ngả sang vườn tôi, tôi gọi khẽ: "buồn ơi", không thấy ai hàng xóm!

Ôi lời tôi gọi muộn! Bà hàng xóm đi rồi... đi về cuối góc trời? Hay về trời thăm thẳm?

Đường đi đường muôn dặm! Ba tấc đất cũng xa! Huống chi là, chi là tro than trong bình sứ?

Bà đi rồi, thật chứ? Ba năm không thấy người... chỉ thấy hoa vẫn cười... đôi khi mưa như khóc!

Bà hàng xóm, mái tóc như những sợi bạch kim, tôi từng ước hóa chim tôi tha từng sợi... nhớ!

Tại vì bà, chớ bộ! Ai biểu đẹp quá đi... Nếu gặp thuở Xuân Thì, nhiều bài thơ đẹp lắm!

*

Chiều nay... Chiều thăm thẳm. Trăng mười bảy chưa lên. Trăng lên ai bắt đền tuổi của ai mười bảy?

Tôi không muốn bẻ gãy những nhánh cây sum suê... Tôi muốn thấy ai về ngõ vàng hoa thắm thiết!

Ôi lòng tôi ai biết... nhớ gì hơn Quê Hương? Chỉ đó mới Thiên Đường, tôi từng nói như thế...

Với hàng xóm, bà Mỹ, tôi nói như năn nỉ: mai mốt tôi mời bà... bước chân ngà ghé qua!

Bước chân ngà có mỏi... thì bờ suối mình dừng, tôi đi kiếm hoa rừng tặng cho người đáng tặng...

Tôi cũng sẽ hái nắng cho người ấy tô môi! Mà Trời ơi Trời ơi... chắc người ta đã chết!

Không lẽ thơ chấm hết ngay sau câu kêu Trời? Những nhánh cây rụng rời, sao tôi tàn nhẫn vậy?

Buổi chiều như nước chảy... dòng sông trôi thê lương! (*)

(*) năm chữ này của Thế Viên!

BẠT
Với Thơ Trần Vấn Lệ, Tôi viết như không viết

Tôi thật sự không nghĩ đến chuyện thơ hay dở, khi đọc thơ những người đã chơi thơ đến mức "thượng thừa", như rất nhiều người, trong đó có bạn tôi, nhà thơ Trần Vấn Lệ.

Chuyện in thêm một thi phẩm, vốn chẳng để làm gì. Mọi mục đích ban đầu của nghề làm thơ đã mơ hồ, chỉ còn lại một thú vui, thấy những gì đã gõ ra mỗi ngày được tập hợp lại, cho đứng chung với nhau trên những trang sách. Cõi trang trọng của chữ nghĩa.

Không có sự tham lam tính đầu tác phẩm, chỉ là không muốn bỏ đi hoang những đứa con của mình. Và những đứa con này so với anh chị nó đã hồng hào thịt da, không có gì thua sút.

Thơ của Trần Vấn Lệ, không cần thêm một nhận định phù phiếm nào từ những người bạn đồng thời và đang đi cùng anh. Vậy nên lời tựa, lời bạt sẽ trở thành vô duyên từ tôi mà có.

Biết vậy sao còn viết? Sự mâu thuẫn có thể lý giải ở điểm: tôi hiểu bạn mình, cũng là người không ưa thích sự cô đơn; đồng thời muốn níu kéo bằng hữu vào tầm đọc của những người sẽ đọc mình. Tôi nghĩ vậy mà viết. Một bài viết không mang nội dung đề cập đến thơ.

Chúng tôi từng thao luyện, cùng tốt nghiệp từ một quân trường, đó là bạn đồng đội. Chúng tôi đã và đang vẽ vời thơ thẩn gọi là đồng điệu ham vui. Có dựa hơi qua lại cũng là lẽ thường, người có nhiều phần lợi chính là tôi đây.

Không khách sáo nhưng vẫn phải cảm ơn bạn hiền, Trần huynh. Mời các bạn đọc thơ thế hệ chúng tôi, xem trên những dòng vần điệu cũ, chúng tôi lạc điệu ra sao.

Chúng tôi thật sự trân trọng chờ các bạn mở trang thơ Trần Vấn Lệ hôm nay.

Luân Hoán
5-2020

TRẦN VẤN LỆ

đọc thơ ông khoái lắm
đang định làm quen chơi
nghe đồn ông phách lối
lưỡng lự ngưng mở lời

khi chúng tôi chung góp
in tập thơ mới tinh
của ông anh Bùi Giáng
bị ông kê tận tình

đương nhiên tôi hơi bực
định phang lại một bài
nhờ dĩ hòa vi quý
bỏ hiểu nhầm ngoài tai

và tôi tiếp tục đọc
thơ ông, nhiều báo đăng
qua thơ, nhận người tốt
dẫu hơi hách xì xằng

với sức viết như bão
báo đời nhiều đến đâu
cũng khó đáp ứng chỗ
cho sầu ông phơi râu

có lẽ cũng vì vậy
ông khai sinh nhiều danh
trong cùng một ngọn bút
và mặc sức tung hoành

đây là Trần Trung Tá
chuyên chỉ huy đám quân
trang bị toàn vần điệu
mai phục chờ mỹ nhân

đây là Lê N. Khái
cặp kè Trần Tú Uyên
đứng bên Nguyễn Tấn Trãi
ngấm nghé Lê Hành Khuyên

đây là Lê Nhiên Hạo
choàng vai Lê Phụng An
Trần Trung Thuần lạng quạng
Trương Nghĩa Kỳ mơ màng

tất cả cùng da thịt
cùng nhịp tim đời thường
một cái đầu cương nghị
một lòng đầy cố hương

tình người không cồn bãi
vung vãi mọc tràn lan
thơ và thơ tự tại
nhiều cõi rộng bạt ngàn

nhìn thơ tưởng giản dị
thật ra giàu sắc màu
thao thức nguồn ngôn ngữ
sâu thẳm nỗi thương đau

in mười sáu thi phẩm
dễ dầu gì hết thơ
ông viết và ông thở
quay theo kim đồng hồ

một nhà thơ như vậy
có vênh mặt cũng vui
tay có sừng có gạc
miệng quai xách ai cười?

tôi ông chưa kịp bạng (1)
đã gần như bạn rồi
tất cả nhờ cái thú
cùng mê thơ đó thôi

nghe nói ông cao lớn
bản mặt bất cần đời
hai tay luôn thủ sẵn
thuốc lá bia nồng hơi

vỏ bọc ngoài bợm trợn
lòng dạ thường hươu cừu?
mai mốt lỡ gặp mặt
phải thủ sẵn nụ cười.

(1) bạng = tiếng địa phương Quảng Nam, động từ, đồng nghĩa với đánh.

Mục lục

* Tựa - Nguyễn Thành	7
• Phượng	10
• Kiếp Sau Xin Chớ Làm Người Làm Cây Khuynh Diệp Trường Bùi Thị Xuân	12
• Nỗi Mừng Trong Cái Khẩu Trang	16
• Ta Gửi Buồn Theo Chút Đó Thôi	18
• Mùa Hạ Tựu Trường	20
• Ngày Tháng Năm	22
• Phú Giáo Bình Dương	24
• Bao Giờ Bao Giờ Bao Giờ	26
• Hoa Bất Tử	28
• Ngày Đó Ngày Xưa	30
• Chúa Nhật Los Angeles	32
• Đèo ngoạn mục	34
• I Love You My Darling	36
• What Your Name	38
• Rừng Ơi Đà Lạt Rừng Thương Nhớ Hái Nụ Hoa Quỳ Gắn Tóc Em	42
• Bài Thơ Dán Ở Miếu Ông Cọp	44
• Hãy Khoác Lên Pho Tượng Này	46
• Gieo Gió	48
• Như Một Bài Tập Làm Văn	50
• Hồi Đó Đà Lạt	53
• Đường Em Đi Đường Anh Đi	56
• Chim Chèo Bẻo	60
• Nàng Đưa Tay Nâng Niu Hoa Hồng	62
• Belle Vue	64
• Nơi Nhận Không Gian	66
• Mặt Trời Lên	68
• Hoa Cúc Trắng	70
• Buồn Năm Mươi Năm	72
• Nếu Thơ Tôi Là Hạnh Phúc	75
• MMMMMMMMMMMưa	78
• Đọc Đi Và Xé Đi	80
• Mùa Hạ Không Vui	83

- Chinavirus 86
- Một Trang Nhật Ký 88
- Tình Tội Một Bài Thơ 90
- Ngày 29 Tháng Hai Dương Lịch 92
- Tèm Lem Nước Mắt Một Bài Thơ 94
- Cuối Năm California 96
- Một Bài Thơ Tình 98
- Bài Ca Của Người... Liệt Sĩ 102
- Vĩnh Biệt Du Tử Lê 106
- Thu Duyên 108
- Vĩnh Biệt Trần Tuấn Kiệt 110
- Đoạn Trường Thiên Thanh 112
- Coi Như Lòng Đang Mưa 114
- Một Đôi Chim Én 116
- Ngày Chúa Nhật Santa Ana 118
- Hành Trình Sahara 120
- Hết Mưa Rồi Nắng Sẽ Lên 122
- Từ Một Bản Tin Thời Tiết 124
- Chạp Mộ 126
- Sau Một Ngày Mưa 128
- Nói Chuyện Cùng Trăng 130
- Cuộc Chia Ly Lịch Sử 132
- Nắng Thủy Tinh 134
- Chào Em Mùa Đông 136
- Giữa Mênh Mông Ánh Nguyệt 138
- Trước Mặt Một Bình Minh 140
- Một Ngày Đất Trích Một Thời Tha Hương 142
- Pall Mall 144
- Trời Còn Thừa Nước Mắt 147
- Ngày Đầu Mùa Đông 150
- Mùa Xanh Mùa Sương 152
- Cảm Ơn Trời Đời Đẹp Như Mơ 154
- Đêm Rằm Tháng Chín 156
- Vớt Trăng Buổi Sáng 158
- Bài Thơ Này Chừng Đó 160
- Mừng Em Về Từ Michigan 162
- Thơ Tôi Bay Bay Rồi Sẽ Đậu 164
- Bài Thơ Một Chữ 166

- *Ngày Hôm Nay Ngày Hôm Nào* — 168
- *Kỷ Niệm* — 170
- *Mùa Đông* — 172
- *Một Góc Phố Buổi Mai* — 175
- *Ngày Tàn Đêm Tạ Nguyệt Phai Phai* — 178
- *Áo Học Trò Ngày Xưa Đơn Sơ* — 180
- *Quá Khứ Vị Lai* — 182
- *Mỗi Một Ngày Trôi Qua* — 184
- *Trời Vào Thu* — 186
- *Tứ Tuyệt* — 188
- *Bao Giờ Tới Tháng Mười* — 190
- *Cảo Thơm* — 193
- *Hôm Qua Mưa Hôm Nay Nắng* — 196
- *Cơn Mưa Bất Chợt Qua Thành Phố* — 198
- *Vĩnh Biệt Nguyễn Xuân Hoàng* — 200
- *Trước Ngưỡng Cửa Trung Thu* — 202
- *May Mà Em Còn Nhớ Một Vầng Trăng* — 204
- *Vũ Trụ Vô Môn Quan* — 206
- *Thả Một Câu Thơ Cho Mùa Thu Này* — 208
- *Định Nghĩa Một Giai Nhân* — 210
- *Anh Cầm Gương Cho Em Soi Em* — 213
- *Tứ Tuyệt* — 216
- *Sang Mùa* — 218
- *Tôi Nhớ Người Ta Mặc Áo Vàng* — 220
- *Happy Weekend* — 222
- *Trên Cánh Đồng Xanh* — 224
- *Tùy Bút Nắng Mưa* — 227
- *Chiều Mùa Hè Em Đi Làm Về Sớm* — 230
- *Hai Người Già Bên Hai Cốc Cà Phê* — 232
- *Chút Chuyện Miên Man* — 234
- *Chưa Gặp Em Mà Trong Chiêm Bao* — 238
- *Trái Tim Người Vĩnh Viễn Là Trăng* — 240
- *Chiều Buồn Buồn* — 243
- *Dinh 2 Đà Lạt* — 246
- *Cõi Người Ta Một Sớm Mai* — 249
- *Dòng Sông Trôi Thê Lương* — 252
- * Bạt - Luân Hoán — 255